# SÁCH CÔNG THỨC GNOCCHI, MÓN ĂN Ý



100 công thức làm món gnocchi nhẹ và mềm

Khang Chiến

# GIỚI THIỆU

Chào mừng bạn đến với "SÁCH CÔNG THỨC GNOCCHI, MÓN Ý Ý" Cuốn sách nấu ăn này tôn vinh một trong những món ăn Ý được yêu thích và linh hoạt nhất - gnocchi. Cho dù bạn là một đầu bếp dày dặn kinh nghiệm hay người mới bắt đầu vào bếp, cuốn sách này sẽ hướng dẫn bạn nghệ thuật tạo ra món gnocchi nhẹ nhàng, êm ái sẽ gây ấn tượng với gia đình và bạn bè của bạn.

Trong sách dạy nấu ăn này, bạn sẽ tìm thấy rất nhiều công thức nấu ăn thể hiện khả năng vô tận của gnocchi. Từ gnocchi khoai tây truyền thống đến các biến thể sáng tạo sử dụng các loại rau, thảo mộc khác nhau và thậm chí cả các lựa chọn không chứa gluten, luôn có thứ gì đó dành cho tất cả mọi người. Chúng ta sẽ khám phá các kỹ thuật nấu ăn, nước sốt và các món ăn kèm khác nhau để nâng món gnocchi của bạn lên một tầm cao mới.

Mỗi công thức đều được chế tạo cẩn thận, có hướng dẫn và mẹo từng bước để đảm bảo món gnocchi của bạn luôn hoàn hảo. Bạn sẽ học được những bí quyết để đạt được kết cấu lý tưởng, cho dù bạn thích những chiếc gối mỏng manh hay những chiếc bánh bao mộc mạc với một chút nhai. Chúng tôi cũng sẽ đi sâu vào nghệ thuật tạo hình gnocchi, cung cấp cho bạn các phương pháp và phong cách khác nhau phù hợp với sở thích của bạn.

Cuốn sách nấu ăn này không chỉ cung cấp cho bạn những công thức nấu ăn ngon mà còn giúp bạn thử nghiệm và tạo ra những món gnocchi độc đáo của mình. Với một chút trí tưởng tượng và các kỹ thuật bạn sẽ học ở đây, bạn sẽ có thể pha chế món gnocchi của mình với các hương vị từ khắp nơi trên thế giới và biến chúng thành món ăn trung tâm trong tiết mục ẩm thực của bạn.

Vì vậy, hãy lấy tạp dề của bạn, phủi bụi cho cây lăn bột của bạn và sẵn sàng bắt đầu cuộc hành trình khám phá nhiều món gnocchi. Từ những món ăn cổ điển của Ý đến những món ăn hiện đại, cuốn sách nấu ăn này sẽ truyền cảm hứng cho bạn khám phá khả năng vô tận của những chiếc bánh bao xốp này. Hãy sẵn sàng để gây ấn tượng với những người thân yêu của bạn và trở thành bậc thầy về gnocchi!

# BỮA SÁNG GNOCCHI

## 1. Bánh quế khoai lang Gnocchi

**THÀNH PHẦN:**

- 1 củ khoai tây nướng lớn và 1 củ khoai lang lớn
- $1\frac{1}{4}$ chén bột mì đa dụng, cộng thêm bột mì để phủ lên bề mặt làm việc
- $\frac{1}{2}$ cốc phô mai Parmesan bào
- 1 thìa cà phê muối
- $\frac{1}{2}$ thìa cà phê tiêu đen mới xay
- Một chút hạt nhục đậu khấu (tùy chọn)
- 1 quả trứng lớn, đánh bông
- Xịt nấu ăn chống dính hoặc bơ tan chảy
- Pesto hoặc bánh quế và sốt bơ

**HƯỚNG DẪN:**

a) Làm nóng lò ở nhiệt độ 350°F.

b) Nướng khoai tây cho đến khi dễ dàng đâm thủng bằng nĩa, khoảng một giờ. Để khoai tây nguội một chút rồi gọt vỏ.

c) Cho khoai tây qua máy xay thực phẩm hoặc máy xay thịt hoặc bào chúng qua các lỗ lớn của dụng cụ bào và cho vào tô lớn.

d) Thêm $1\frac{1}{4}$ chén bột vào khoai tây và dùng tay trộn đều, làm vỡ các cục khoai tây trong quá trình trộn. Rắc phô mai, muối, hạt tiêu và nhục đậu khấu lên bột và nhào nhẹ để phân bố đều.

e) Sau khi bột mì và khoai tây đã trộn đều, tạo một cái giếng ở giữa bát và thêm trứng đã đánh vào. Dùng ngón tay ấn trứng qua bột cho đến khi bột bắt đầu quyện lại với nhau. Nó sẽ hơi dính.

f) Trên bề mặt đã phủ một ít bột mì, nhẹ nhàng nhào bột vài lần để bột quyện lại với nhau. Nó phải ẩm, nhưng không ướt và dính. Nếu nó quá dính, mỗi lần thêm 1 thìa bột mì, tối đa $\frac{1}{4}$ cốc. Cán bột thành khúc và cắt thành 4 miếng.

g) Cuộn từng miếng thành một sợi dây có đường kính bằng ngón tay cái của bạn rồi dùng dao sắc cắt thành từng đoạn 1 inch.

h) Làm nóng trước bàn ủi bánh quế ở mức trung bình. Phủ cả hai mặt của lưới sắt làm bánh quế bằng bình xịt không dính hoặc phết bơ lên lưới bằng bàn chải làm bánh silicone. Vặn lò xuống mức thấp nhất và đặt khay nướng sang một bên để giữ ấm cho món gnocchi đã hoàn thành.

i) Nhẹ nhàng rũ bỏ phần bột còn sót lại trên gnocchi và đặt một mẻ bột lên bàn làm bánh quế, chừa một chút khoảng trống cho mỗi mẻ nở ra.

j) Đậy nắp và nấu cho đến khi các vết lưới trên gnocchi có màu nâu vàng, trong 2 phút. Lặp lại với gnocchi còn lại, giữ ấm gnocchi đã nấu chín trên khay nướng trong lò.

k) Ăn nóng với Sốt Pesto hoặc Xô thơm Bánh quế và Sốt Bơ.

## 2. Gnocchi thịt xông khói và trứng

**THÀNH PHẦN:**

- 1 pound gnocchi khoai tây
- 6 lát thịt xông khói, nấu chín và cắt nhỏ
- 4 quả trứng
- 1 chén rau bina bé
- ½ cốc phô mai Parmesan bào
- Muối và hạt tiêu cho vừa ăn
- Hẹ tươi cắt nhỏ để trang trí

**HƯỚNG DẪN:**

a) Nấu gnocchi theo hướng dẫn trên bao bì. Xả và đặt sang một bên.
b) Trong chảo lớn, nấu thịt xông khói cho đến khi giòn. Lấy thịt xông khói ra và để ráo trên khăn giấy. Nghiền thịt xông khói thành từng miếng nhỏ.
c) Trong cùng một chiếc chảo, thêm gnocchi đã nấu chín và nấu trên lửa vừa cho đến khi có màu nâu nhạt.
d) Đẩy gnocchi sang một bên của chảo và đập trứng vào phía bên kia. Nấu trứng đến độ chín mong muốn.
e) Thêm rau bina non vào chảo và nấu cho đến khi héo.
f) Rắc phô mai Parmesan bào, thịt xông khói vụn, muối và tiêu lên gnocchi và trứng. Quăng mọi thứ lại với nhau cho đến khi kết hợp tốt.
g) Chuyển chảo gnocchi ra đĩa và trang trí với hẹ cắt nhỏ. Phục vụ ngay lập tức.

## 3. Việt quất chanh Ricotta Gnocchi

THÀNH PHẦN:

- 2 cốc phô mai ricotta
- 1 cốc bột mì đa dụng
- $\frac{1}{2}$ cốc quả việt quất tươi
- Vỏ của 1 quả chanh
- $\frac{1}{4}$ chén đường bột
- $\frac{1}{4}$ cốc bơ
- Lá bạc hà tươi để trang trí

HƯỚNG DẪN:

a) Trong một tô trộn, trộn phô mai ricotta, bột mì, quả việt quất, vỏ chanh và đường bột. Khuấy cho đến khi kết hợp tốt.

b) Phủi bột mì lên một bề mặt sạch rồi chuyển bột lên đó. Chia bột thành nhiều phần nhỏ.

c) Cuộn từng phần thành một sợi dây và cắt thành từng miếng vừa ăn. Tùy chọn: sử dụng nĩa để tạo các đường gờ trên gnocchi.

d) Đun sôi một nồi nước muối lớn. Nấu từng mẻ gnocchi cho đến khi chúng nổi lên bề mặt. Bỏ đi bằng muỗng dục lỗ và bỏ sang một bên.

e) Trong chảo, làm tan chảy bơ trên lửa vừa cho đến khi nó chuyển sang màu nâu vàng. Thêm gnocchi đã nấu chín vào chảo và đảo nhẹ nhàng để chúng phủ bơ chín vàng.

f) Chuyển ricotta gnocchi chanh việt quất vào đĩa phục vụ. Trang trí bằng lá bạc hà tươi.

g) Ăn ấm và thưởng thức hương vị thú vị của quả việt quất và chanh.

## 4. Gnocchi táo quế với sốt caramel

**THÀNH PHẦN:**

- 2 chén khoai tây nghiền nấu chín
- 2 chén bột mì đa dụng
- 2 quả táo vừa, gọt vỏ và thái hạt lựu
- $\frac{1}{4}$ chén đường nâu
- 1 thìa cà phê quế
- $\frac{1}{4}$ cốc bơ
- $\frac{1}{4}$ chén nước sốt caramen
- Quả óc chó cắt nhỏ để trang trí

**HƯỚNG DẪN:**

a) Trong một bát trộn, trộn khoai tây nghiền và bột mì. Trộn cho đến khi tạo thành một khối bột mềm.

b) Chia bột thành nhiều phần nhỏ và cuộn từng phần thành sợi dây trên bề mặt đã rắc bột mì. Cắt dây thành từng miếng vừa ăn.

c) Đun sôi một nồi nước muối lớn. Nấu từng mẻ gnocchi cho đến khi chúng nổi lên bề mặt. Bỏ đi bằng muỗng đục lỗ và bỏ sang một bên.

d) Trong chảo, làm tan chảy bơ trên lửa vừa. Thêm táo thái hạt lựu, đường nâu và quế. Nấu cho đến khi táo mềm và có màu caramen.

e) Thêm gnocchi đã nấu chín vào chảo và đảo nhẹ nhàng để chúng phủ đều táo caramen.

f) Rưới nước sốt caramel lên gnocchi và táo. Khuấy nhẹ nhàng để kết hợp.

g) Chuyển gnocchi táo quế vào đĩa phục vụ. Trang trí với quả óc chó cắt nhỏ.

h) Phục vụ ấm áp và tận hưởng sự kết hợp thú vị của hương vị.

## 5. Chảo Gnocchi xúc xích và tiêu

**THÀNH PHẦN:**

- 1 pound gnocchi khoai tây
- 1 pound xúc xích Ý, đã bỏ vỏ
- 1 quả ớt chuông, thái lát mỏng
- ½ chén hành tây thái hạt lựu
- 3 tép tỏi, băm nhỏ
- 2 muỗng canh dầu ô liu
- ½ chén nước sốt marinara
- ¼ chén phô mai Parmesan bào
- Muối và hạt tiêu cho vừa ăn

**HƯỚNG DẪN:**

a) Nấu gnocchi theo hướng dẫn trên bao bì. Xả và đặt sang một bên.
b) Trong chảo lớn, đun nóng dầu ô liu trên lửa vừa. Thêm hành tây thái hạt lựu, tỏi băm và ớt chuông thái lát. Xào cho đến khi rau mềm.
c) Thêm xúc xích Ý vào chảo và nấu cho đến khi chín vàng. Chia xúc xích thành từng miếng nhỏ hơn khi nấu.
d) Khuấy gnocchi nấu chín và sốt marinara. Nấu cho đến khi gnocchi được đun nóng và phủ nước sốt.
e) Nêm muối và hạt tiêu cho vừa ăn. Rắc phô mai Parmesan bào lên chảo và khuấy đều.
f) Tắt bếp và phục vụ món xúc xích và chảo gnocchi tiêu như một lựa chọn bữa sáng thỏa mãn.

## 6. Món Gnocchi cắn với cà chua và phô mai Mozzarella

THÀNH PHẦN:

- 1 pound súp lơ đông lạnh gnocchi
- 1 cốc cà chua bi, giảm một nửa
- 1 cốc mozzarella tươi, thái hạt lựu
- 2 muỗng canh húng quế tươi, xắt nhỏ
- 2 muỗng canh dầu ô liu
- Muối và hạt tiêu cho vừa ăn

HƯỚNG DẪN:

a) Làm nóng lò ở nhiệt độ 400°F (200°C).
b) Nấu gnocchi theo hướng dẫn trên bao bì, sau đó để ráo nước và đặt sang một bên.
c) Trong một bát, trộn gnocchi đã nấu chín, cà chua bi, phô mai mozzarella, húng quế, dầu ô liu, muối và tiêu. Quăng nhẹ nhàng để kết hợp.
d) Chuyển hỗn hợp vào đĩa nướng.
e) Nướng trong 15-20 phút hoặc cho đến khi phô mai tan chảy và sủi bọt.

## 7. Gnocchi nhồi bông

THÀNH PHẦN:

- 1 pound gnocchi mua ở cửa hàng
- 4 ounce phô mai mozzarella, cắt thành khối nhỏ
- 4 muỗng canh phô mai Parmesan bào
- $\frac{1}{4}$ chén vụn bánh mì
- 2 muỗng canh mùi tây tươi xắt nhỏ
- 2 muỗng canh dầu ô liu
- Muối và hạt tiêu cho vừa ăn
- Nước sốt Marinara để phục vụ

HƯỚNG DẪN:

a) Làm nóng lò nướng của bạn ở nhiệt độ 375°F (190°C). Bôi dầu ô liu hoặc bình xịt nấu ăn lên đĩa nướng.

b) Nấu gnocchi theo hướng dẫn trên bao bì. Xả gnocchi và đặt sang một bên.

c) Trong một cái bát, trộn các khối phô mai mozzarella, phô mai Parmesan bào, vụn bánh mì, rau mùi tây cắt nhỏ, dầu ô liu, muối và tiêu. Trộn đều để tạo thành hỗn hợp nhồi.

d) Dùng một con dao nhỏ rạch một đường trên mỗi miếng bánh gnocchi đã nấu chín, tạo thành một túi để đựng nhân.

e) Nhồi từng miếng gnocchi với một lượng nhỏ hỗn hợp phô mai và vụn bánh mì. Nhấn các cạnh của gnocchi để bịt kín phần nhân bên trong.

f) Đặt gnocchi nhồi vào đĩa nướng đã chuẩn bị sẵn, sắp xếp chúng thành một lớp.

g) Nướng gnocchi nhồi trong lò làm nóng trước khoảng 15-20 phút hoặc cho đến khi gnocchi được làm nóng hoàn toàn và phô mai tan chảy và sủi bọt.

h) Dùng món Gnocchi nhồi với sốt marinara để chấm hoặc làm lớp phủ trên.

## 8. Móng ngựa Gnocchi chiên

## THÀNH PHẦN:

- 1 cốc gnocchi khoai tây
- Dầu để chiên
- Muối và hạt tiêu cho vừa ăn

## HƯỚNG DẪN:

a) Nấu gnocchi khoai tây theo hướng dẫn trên bao bì cho đến khi chúng nổi lên mặt nước. Xả và đặt sang một bên.

b) Đun nóng dầu trong chảo sâu lòng hoặc chảo rán.

c) Cẩn thận đặt gnocchi đã nấu chín vào dầu nóng và chiên cho đến khi có màu vàng nâu và giòn.

d) Lấy gnocchi chiên ra khỏi dầu và để ráo trên đĩa có lót khăn giấy.

e) Nêm muối và hạt tiêu cho vừa ăn.

## 9. Gnocchi xiên với Pesto và cà chua khô

## THÀNH PHẦN:

- 1 pound gnocchi khoai tây
- $\frac{1}{2}$ chén nước sốt pesto
- $\frac{1}{4}$ chén cà chua phơi nắng, xắt nhỏ
- xiên

## HƯỚNG DẪN:

a) Nấu gnocchi theo hướng dẫn trên bao bì, sau đó để ráo nước và đặt sang một bên.

b) Xiên gnocchi đã nấu chín và cà chua phơi nắng xắt nhỏ vào xiên.

c) Nướng xiên trên lửa vừa trong 2-3 phút mỗi bên.

d) Rưới sốt pesto lên xiên.

10. Gnocchi Bruschetta với phô mai dê và húng quế

THÀNH PHẦN:

- 1 pound gnocchi khoai tây
- Bánh mì baguette cắt lát
- 4 ounce phô mai dê
- 1 cốc cà chua bi, giảm một nửa
- Lá húng quế tươi
- Men balsamic (tùy chọn)
- Dầu ô liu
- Muối và hạt tiêu cho vừa ăn

HƯỚNG DẪN:

a) Nấu gnocchi theo hướng dẫn trên bao bì, sau đó để ráo nước và đặt sang một bên.

b) Làm nóng lò ở nhiệt độ 375°F (190°C).

c) Xếp các lát bánh mì baguette lên khay nướng và phết dầu ô liu lên chúng. Nướng bánh mì trong lò trong 10 phút hoặc cho đến khi vàng.

d) Trong một cái bát, trộn gnocchi nấu chín, cà chua bi, lá húng quế, dầu ô liu, muối và hạt tiêu. Quăng nhẹ nhàng để kết hợp.

e) Phết phô mai dê lên từng lát bánh mì nướng.

f) Đổ hỗn hợp gnocchi lên trên.

g) Rưới men balsamic nếu muốn.

## 11. Gnocchi chiên với tỏi nhúng

THÀNH PHẦN:

- 1 pound gnocchi khoai tây
- ½ chén bột mì đa dụng
- 2 quả trứng
- ½ cốc phô mai Parmesan bào
- 2 muỗng canh mùi tây tươi, xắt nhỏ
- Muối và hạt tiêu cho vừa ăn
- Dầu thực vật để chiên

HƯỚNG DẪN:

a) Nấu gnocchi theo hướng dẫn trên bao bì, sau đó để ráo nước và đặt sang một bên.

b) Trong một cái bát, trộn gnocchi đã nấu chín, bột mì, trứng, phô mai Parmesan bào, rau mùi tây cắt nhỏ, muối và tiêu. Trộn cho đến khi kết hợp tốt.

c) Đun nóng dầu thực vật trong chảo hoặc chảo sâu lòng.

d) Thả từng thìa hỗn hợp gnocchi vào dầu nóng và chiên cho đến khi vàng nâu.

e) Lấy bánh rán ra khỏi dầu và để ráo trên khăn giấy.

f) Phục vụ món rán gnocchi với nước chấm tỏi hoặc nước sốt mà bạn chọn.

## 12. Gnocchi với sốt kem Pesto

**THÀNH PHẦN:**

- 1 pound gnocchi khoai tây
- $\frac{1}{2}$ chén nước sốt pesto
- $\frac{1}{4}$ cốc kem đặc
- Phô mai Parmesan bào để trang trí
- Lá húng quế tươi để trang trí
- Muối và hạt tiêu cho vừa ăn

**HƯỚNG DẪN:**

a) Nấu gnocchi theo hướng dẫn trên bao bì, sau đó để ráo nước và đặt sang một bên.
b) Trong chảo, đun nóng nước sốt pesto trên lửa nhỏ.
c) Khuấy kem nặng và tiếp tục đun nóng cho đến khi ấm hoàn toàn.
d) Thêm gnocchi đã nấu chín vào chảo và đảo nhẹ nhàng để phủ chúng trong nước sốt kem pesto.
e) Nêm với muối và hạt tiêu.
f) Chuyển gnocchi vào đĩa phục vụ.
g) Trang trí với phô mai Parmesan bào và lá húng quế tươi.

## 13. Gnocchi với sốt Gorgonzola và quả óc chó

## THÀNH PHẦN:

- 1 pound gnocchi khoai tây
- Phô mai Gorgonzola 4 ounce, vụn
- $\frac{1}{2}$ cốc kem đặc
- $\frac{1}{4}$ chén quả óc chó, xắt nhỏ
- Rau mùi tây tươi, cắt nhỏ để trang trí
- Muối và hạt tiêu cho vừa ăn

## HƯỚNG DẪN:

a) Nấu gnocchi theo hướng dẫn trên bao bì, sau đó để ráo nước và đặt sang một bên.

b) Trong chảo, làm tan chảy phô mai Gorgonzola trên lửa nhỏ.

c) Khuấy kem đặc và tiếp tục đun nóng cho đến khi phô mai tan chảy hoàn toàn và nước sốt có dạng kem.

d) Thêm gnocchi đã nấu chín vào chảo và đảo nhẹ nhàng để chúng phủ sốt Gorgonzola.

e) Nêm với muối và hạt tiêu.

f) Chuyển gnocchi vào đĩa phục vụ.

g) Rắc quả óc chó cắt nhỏ và rau mùi tây tươi

## 14. G nocchi với ragu nấm

**THÀNH PHẦN:**

- 1 pound gnocchi khoai tây
- 8 ounce nấm, thái lát
- 1 củ hành tây, thái nhỏ
- 2 tép tỏi, băm nhỏ
- 2 muỗng canh dầu ô liu
- 1 lon (14 ounce) cà chua thái hạt lựu
- $\frac{1}{2}$ chén nước luộc rau
- 1 thìa cà phê lá oregano khô
- 1 muỗng cà phê húng tây khô
- Muối và hạt tiêu cho vừa ăn
- Rau mùi tây tươi, cắt nhỏ để trang trí
- Phô mai Parmesan bào để phục vụ (tùy chọn)

**HƯỚNG DẪN:**

a) Nấu gnocchi theo hướng dẫn trên bao bì, sau đó để ráo nước và đặt sang một bên.

b) Trong chảo lớn, đun nóng dầu ô liu trên lửa vừa.

c) Thêm hành tây xắt nhỏ và tỏi băm vào chảo. Xào cho đến khi hành tây trong suốt và có mùi thơm.

d) Cho nấm đã thái lát vào chảo và nấu cho đến khi chúng nhả hơi ẩm và bắt đầu chuyển sang màu nâu.

e) Đổ cà chua thái hạt lựu và nước luộc rau vào. Khuấy lá oregano khô và húng tây khô.

f) Giảm nhiệt xuống thấp và đun nhỏ lửa ragu nấm trong khoảng 10-15 phút, để hương vị hòa quyện với nhau.

g) Nêm ragu với muối và hạt tiêu cho vừa ăn.

h) Thêm gnocchi đã nấu chín vào chảo và nhẹ nhàng trộn chúng trong ragu nấm.

i) Nấu thêm 2-3 phút để làm nóng gnocchi.

j) Chuyển gnocchi với ragu nấm vào đĩa phục vụ.

k) Trang trí với rau mùi tây mới cắt nhỏ.

## 15. Gnocchi với sốt cà chua bi

**THÀNH PHẦN:**

- 1 cốc Gnocchi
- 2 cốc cà chua bi, giảm một nửa
- 2 muỗng canh dầu ô liu
- 2 tép tỏi, băm nhỏ
- $\frac{1}{4}$ chén húng quế tươi cắt nhỏ
- Muối và hạt tiêu cho vừa ăn
- Phô mai Parmesan bào để phục vụ

**HƯỚNG DẪN:**

a) Nấu gnocchi theo hướng dẫn trên bao bì cho đến khi chúng nổi lên mặt nước. Xả và đặt sang một bên.

b) Trong chảo, đun nóng dầu ô liu trên lửa vừa.

c) Thêm tỏi băm và nấu cho đến khi có mùi thơm.

d) Thêm cà chua bi vào chảo và xào cho đến khi chúng mềm và tiết ra nước.

e) Khuấy húng quế tươi xắt nhỏ và nêm muối và hạt tiêu cho vừa ăn.

f) Thêm gnocchi đã nấu chín vào chảo và đảo đều cho đến khi chúng được phủ đều nước sốt cà chua bi.

g) Phục vụ Gnocchi với Sốt Cà chua Cherry với phô mai Parmesan bào rắc lên trên.

## 16. Gnocchi trong Salsa kem đỏ

THÀNH PHẦN:

- 1 cốc Gnocchi
- ½ chén nước sốt cà chua
- ¼ cốc kem đặc
- ¼ chén phô mai Parmesan bào
- ¼ thìa cà phê lá oregano khô
- ¼ muỗng cà phê húng quế khô
- Muối và hạt tiêu cho vừa ăn
- Lá húng quế tươi để trang trí

HƯỚNG DẪN:

a) Nấu gnocchi theo hướng dẫn trên bao bì cho đến khi chúng nổi lên mặt nước. Để qua một bên.

b) Trong chảo, đun nóng nước sốt cà chua trên lửa vừa.

c) Khuấy kem đặc, phô mai Parmesan bào, lá oregano khô và húng quế khô. Nấu cho đến khi nước sốt hơi đặc lại.

d) Nêm muối và hạt tiêu cho vừa ăn.

e) Thêm gnocchi đã nấu chín vào chảo và đảo cho đến khi chúng được phủ đều một lớp salsa đỏ kem.

## 17. Gnocchi ngô xanh với sốt Guajillo Chile

THÀNH PHẦN:

ĐỐI VỚI GNOCCHI NGÔ XANH:

- 2 chén bột ngô xanh
- 1 cốc bột mì đa dụng
- 1 thìa cà phê muối
- 2 quả trứng lớn
- $\frac{1}{4}$ chén dầu ô liu

ĐỐI VỚI SỐT CHILE GUAJILLO:

- 4-5 quả ớt guajillo khô
- 2 tép tỏi, băm nhỏ
- 1 củ hành tây nhỏ, thái nhỏ
- 2 muỗng canh dầu ô liu
- 1 chén nước luộc rau
- Muối và hạt tiêu cho vừa ăn

HƯỚNG DẪN:

GNOCCHI NGÔ XANH:

a) Trong một tô trộn lớn, trộn bột ngô xanh, bột mì đa dụng và muối.

b) Tạo một cái giếng ở giữa nguyên liệu khô rồi thêm trứng và dầu ô liu vào. Trộn cho đến khi bột bắt đầu kết dính lại với nhau.

c) Nhào bột trên bề mặt đã rắc chút bột mì khoảng 5 phút cho đến khi mịn và đàn hồi.

d) Chia bột thành nhiều phần nhỏ và cuộn từng phần thành sợi dây dài, dày khoảng $\frac{1}{2}$ inch.

e) Cắt dây thành những miếng vừa ăn và tạo hình thành gnocchi bằng cách ấn chúng vào mặt sau của một chiếc nĩa để tạo đường vân.

f) Đặt gnocchi lên khay nướng đã rắc chút bột mì và đặt sang một bên.

**SỐT CHILE GUAJILLO:**

g) Loại bỏ thân và hạt của ớt guajillo khô và xé chúng thành từng miếng nhỏ.

h) Đun nóng chảo khô trên lửa vừa và nướng ớt guajillo trong khoảng 1-2 phút cho đến khi có mùi thơm. Hãy cẩn thận để không đốt chúng.

i) Chuyển ớt nướng vào tô và phủ chúng bằng nước nóng. Để chúng ngâm trong khoảng 15-20 phút cho đến khi mềm.

j) Xả ớt và chuyển chúng vào máy xay hoặc máy chế biến thực phẩm.

k) Thêm tỏi băm, hành tây xắt nhỏ, dầu ô liu, nước luộc rau, muối và hạt tiêu vào máy xay. Xay đến khi mịn.

l) Đổ hỗn hợp vào nồi và đun trên lửa nhỏ trong khoảng 10-15 phút để các hương vị hòa quyện với nhau. Điều chỉnh gia vị nếu cần.

m)Đun sôi một nồi nước muối lớn.

n) Cho gnocchi ngô xanh vào nước sôi và nấu khoảng 2-3 phút cho đến khi chúng nổi lên mặt nước.

o) Dùng thìa có rãnh để lấy gnocchi đã nấu chín ra khỏi nồi và chuyển chúng ra đĩa.

p) Phục vụ món gnocchi ngô xanh với sốt ớt guajillo được rưới lên trên.

q) Bạn có thể trang trí với một ít ngò tươi, queso fresco vụn hoặc bơ thái hạt lựu nếu muốn.

## 18. Matzo Gnocchi với sốt cà chua

**THÀNH PHẦN:**

- 4 tờ matzo
- 2 quả trứng, đánh bông
- ½ chén bột mì đa dụng
- ½ muỗng cà phê muối
- ¼ thìa cà phê tiêu đen
- Nước để đun sôi

**NƯỚC SỐT CÀ CHUA:**

- 4 quả cà chua lớn, thái hạt lựu
- 2 tép tỏi, băm nhỏ
- 2 muỗng canh dầu ô liu
- ½ muỗng cà phê húng quế khô
- ½ muỗng cà phê lá oregano khô
- Muối và hạt tiêu cho vừa ăn
- Lá húng quế tươi, cắt nhỏ (để trang trí)

**HƯỚNG DẪN:**

**ĐỐI VỚI MATZO GNOCCHI:**

a) Chia tấm matzo thành từng miếng nhỏ và cho vào máy xay thực phẩm. Xung cho đến khi chúng biến thành những mảnh vụn mịn.

b) Chuyển vụn matzo vào tô trộn lớn. Thêm trứng đánh, bột mì, muối và hạt tiêu đen. Trộn đều cho đến khi tạo thành bột. Nếu bột cảm thấy quá dính, hãy thêm một chút bột mì.

c) Phủi một bề mặt sạch bằng bột mì. Lấy một phần bột matzo và cuộn thành sợi dây dài dày khoảng ½ inch. Lặp lại với số bột còn lại.

d) Dùng dao hoặc dao cạo để cắt dây thành từng đoạn nhỏ, dài khoảng 1 inch. Bạn có thể để nguyên hoặc sử dụng mặt sau của một chiếc nĩa để tạo các đường gờ trên mỗi miếng.

e) Đun sôi một nồi nước muối lớn. Thêm matzo gnocchi theo từng mẻ, cẩn thận không để quá nhiều trong nồi. Nấu gnocchi trong khoảng 2-3 phút hoặc cho đến khi chúng nổi lên bề mặt. Khi chúng nổi lên, nấu thêm 1 phút rồi vớt chúng ra bằng thìa có rãnh hoặc lưới lọc hình nhện. Lặp lại cho đến khi tất cả gnocchi được nấu chín.

**ĐỐI VỚI SỐT CÀ CHUA:**

f) Trong chảo, đun nóng dầu ô liu trên lửa vừa. Thêm tỏi băm vào xào khoảng 1 phút cho đến khi có mùi thơm.

g) Cho cà chua thái hạt lựu vào nồi cùng với húng quế khô, lá oregano khô, muối và tiêu. Khuấy để kết hợp.

h) Giảm nhiệt xuống thấp và để nước sốt sôi trong khoảng 15-20 phút, thỉnh thoảng khuấy đều cho đến khi cà chua nát và nước sốt hơi đặc lại.

i) Nếm thử nước sốt và điều chỉnh gia vị theo sở thích của bạn.

j) Đặt matzo gnocchi đã nấu chín lên đĩa phục vụ hoặc từng đĩa riêng lẻ.

k) Đổ nước sốt cà chua tươi lên trên gnocchi, phủ đều chúng.

l) Trang trí với lá húng quế tươi xắt nhỏ.

m) Phục vụ Matzo Gnocchi với Sốt Cà Chua Tươi ngay khi còn ấm.

## 19. Gnocchi với sốt phô mai và thịt xông khói

**THÀNH PHẦN:**

- 1 cốc Gnocchi
- 4 lát thịt xông khói, nấu chín và cắt nhỏ
- $\frac{1}{4}$ chén phô mai Parmesan bào
- $\frac{1}{4}$ chén phô mai cheddar cắt nhỏ
- $\frac{1}{4}$ cốc kem đặc
- Muối và hạt tiêu cho vừa ăn
- Rau mùi tây tươi để trang trí

**HƯỚNG DẪN:**

a) Nấu gnocchi theo hướng dẫn trên bao bì cho đến khi chúng nổi lên mặt nước. Xả và đặt sang một bên.

b) Trong chảo, kết hợp thịt xông khói vụn, phô mai Parmesan bào, phô mai cheddar cắt nhỏ và kem béo.

c) Đun nóng chảo trên lửa vừa, khuấy liên tục cho đến khi phô mai tan chảy và nước sốt trở thành kem.

d) Thêm gnocchi đã nấu chín vào chảo và đảo cho đến khi chúng được phủ đều với nước sốt phô mai và thịt xông khói.

e) Nấu trong vài phút cho nóng.

f) Nêm muối và hạt tiêu cho vừa ăn.

g) Trang trí với rau mùi tây tươi và phục vụ món Gnocchi với sốt Phô mai và Thịt xông khói.

## 20. Gnocchi sốt ớt đỏ

**THÀNH PHẦN:**

- 1 cốc Gnocchi
- 2 quả ớt chuông đỏ lớn, rang và bóc vỏ
- 2 tép tỏi
- $\frac{1}{4}$ cốc hạnh nhân nướng
- 2 muỗng canh dầu ô liu
- $\frac{1}{4}$ chén phô mai Parmesan bào
- Muối và hạt tiêu cho vừa ăn
- Lá húng quế tươi để trang trí

**HƯỚNG DẪN:**

a) Nấu gnocchi theo hướng dẫn trên bao bì cho đến khi chúng nổi lên mặt nước. Xả và đặt sang một bên.

b) Trong máy xay sinh tố hoặc máy chế biến thực phẩm, kết hợp ớt chuông đỏ rang, tỏi, hạnh nhân nướng, dầu ô liu, phô mai Parmesan bào, muối và hạt tiêu. Xay đến khi mịn.

c) Đun nóng sốt ớt đỏ trong chảo trên lửa vừa.

d) Thêm gnocchi đã nấu chín vào chảo và đảo đều cho đến khi chúng được phủ đều sốt ớt đỏ.

e) Nấu trong vài phút cho nóng.

f) Trang trí với lá húng quế tươi và phục vụ.

## 21. Gnocchi với sốt Marinara

THÀNH PHẦN:

- 1 cốc Gnocchi
- 2 chén nước sốt marinara
- $\frac{1}{4}$ chén phô mai Parmesan bào
- Lá húng quế tươi để trang trí

HƯỚNG DẪN:

a) Nấu gnocchi theo hướng dẫn trên bao bì cho đến khi chúng nổi lên mặt nước. Xả và đặt sang một bên.
b) Trong chảo, đun nóng nước sốt marinara trên lửa vừa.
c) Thêm gnocchi đã nấu chín vào chảo và đảo đều cho đến khi chúng được phủ đều nước sốt marinara.
d) Khuấy phô mai Parmesan bào và nấu cho đến khi phô mai tan chảy và tạo thành nước sốt kem.
e) Trang trí với lá húng quế tươi và dùng Gnocchi với Marinara

## 22. Gnocchi bí ngô với sốt kem óc chó

**THÀNH PHẦN:**

- 1 cốc bí ngô xay nhuyễn
- 1 chén khoai tây nghiền, nấu chín
- 1 cốc bột mì đa dụng
- $\frac{1}{4}$ chén quả óc chó cắt nhỏ
- $\frac{1}{2}$ cốc kem đặc
- 2 thìa bơ
- $\frac{1}{4}$ chén phô mai Parmesan bào
- Muối và hạt tiêu cho vừa ăn

**HƯỚNG DẪN:**

a) Trong một tô lớn, trộn bí ngô xay nhuyễn, khoai tây nghiền, bột mì đa dụng, quả óc chó cắt nhỏ, muối và tiêu. Trộn đều cho đến khi tạo thành bột.

b) Chia bột thành các phần nhỏ hơn và cuộn từng phần thành một sợi dây dài có đường kính khoảng 1 inch.

c) Cắt dây thành từng miếng vừa ăn và dùng nĩa ấn nhẹ từng miếng để tạo đường vân.

d) Đun sôi một nồi nước muối lớn. Nấu từng mẻ gnocchi cho đến khi chúng nổi lên bề mặt. Loại bỏ chúng bằng một cái thìa có rãnh và đặt sang một bên.

e) Trong một chảo riêng, làm tan bơ trên lửa vừa. Thêm quả óc chó cắt nhỏ vào xào cho đến khi có mùi thơm.

f) Đổ kem đặc vào và khuấy đều. Nấu cho đến khi nước sốt hơi đặc lại.

g) Thêm gnocchi đã nấu chín vào chảo và đảo cho đến khi chúng được phủ đều nước sốt kem óc chó.

h) Nêm muối và hạt tiêu cho vừa ăn.

i) Phục vụ Gnocchi bí ngô với sốt kem óc chó nóng, rắc phô mai Parmesan bào.

## 23. Gnocchi Parmesan với cà chua Coulis

THÀNH PHẦN:

- 1 cốc Gnocchi
- 1 cốc nước sốt cà chua
- $\frac{1}{4}$ chén phô mai Parmesan bào
- Lá húng quế tươi để trang trí

HƯỚNG DẪN:

a) Nấu gnocchi theo hướng dẫn trên bao bì cho đến khi chúng nổi lên mặt nước. Xả và đặt sang một bên.
b) Trong chảo, đun nóng nước sốt cà chua trên lửa vừa.
c) Thêm gnocchi đã nấu chín vào chảo và đảo đều cho đến khi chúng được phủ đều nước sốt cà chua.
d) Khuấy phô mai Parmesan bào và nấu cho đến khi phô mai tan chảy và tạo thành nước sốt kem.
e) Trang trí với lá húng quế tươi và phục vụ.

## 24. Gnocchi khoai lang với Rocket Pesto

THÀNH PHẦN:

- 2 củ khoai lang lớn, nướng và gọt vỏ
- 2 chén bột mì đa dụng, cộng thêm để phủ bụi
- 1 thìa cà phê muối
- $\frac{1}{2}$ muỗng cà phê tiêu đen xay
- $\frac{1}{4}$ thìa cà phê hạt nhục đậu khấu
- 2 chén lá tên lửa tươi (arugula)
- $\frac{1}{2}$ cốc phô mai Parmesan bào
- $\frac{1}{4}$ chén hạt thông
- 2 tép tỏi, băm nhỏ
- $\frac{1}{2}$ chén dầu ô liu nguyên chất
- Muối và hạt tiêu cho vừa ăn

HƯỚNG DẪN:

a) Trong một tô lớn, nghiền khoai lang nướng cho đến khi mịn.

b) Trong một bát riêng, trộn bột mì đa dụng, muối, tiêu đen xay và nhục đậu khấu xay.

c) Dần dần thêm hỗn hợp bột vào khoai lang nghiền, trộn đều cho đến khi tạo thành một khối bột mềm. Nếu bột quá dính thì cho thêm một ít bột mì.

d) Chuyển khối bột sang một bề mặt đã rắc chút bột mì rồi nhào nhẹ trong vài phút cho đến khi mịn.

e) Chia bột thành nhiều phần nhỏ. Cuộn từng phần thành hình sợi dây, đường kính khoảng $\frac{1}{2}$ inch.

f) Cắt dây thành từng đoạn nhỏ, dài khoảng 1 inch để tạo thành gnocchi. Dùng nĩa tạo đường vân trên từng miếng nếu muốn.

g) Đun sôi một nồi nước muối lớn. Thêm gnocchi khoai lang và nấu cho đến khi chúng nổi lên bề mặt. Quá trình này sẽ mất khoảng 2-3 phút. Dùng thìa có rãnh loại bỏ gnocchi và đặt chúng sang một bên.

h) Trong máy xay thực phẩm, trộn lá rocket tươi, phô mai Parmesan bào, hạt thông, tỏi băm và dầu ô liu nguyên chất. Xử lý cho đến khi hỗn hợp tạo thành một loại pesto mịn. Nêm muối và hạt tiêu cho vừa ăn.

i) Trong chảo lớn, đun nóng một ít dầu ô liu trên lửa vừa. Thêm gnocchi khoai lang đã nấu chín và cho vào chảo cho đến khi chúng được tráng đều và đun nóng.

j) Phục vụ Gnocchi khoai lang với Rocket Pesto, rưới sốt pesto lên gnocchi hoặc dùng kèm. Thưởng thức sự kết hợp thơm ngon giữa gnocchi khoai lang và pesto rocket đầy hương vị.

## 25. Sage Gnocchi với sốt Porcini

THÀNH PHẦN:

- 1 mẻ gnocchi xô thơm
- 1 chén nấm porcini khô
- 1 cốc nước nóng
- 2 thìa bơ
- 2 tép tỏi, băm nhỏ
- ½ cốc kem đặc
- Muối và hạt tiêu cho vừa ăn
- Phô mai Parmesan bào để trang trí

HƯỚNG DẪN:

a) Trong một cái bát, đổ nước nóng lên nấm porcini khô và để chúng ngâm trong khoảng 20 phút cho đến khi mềm. Xả nấm, để lại nước ngâm.
b) Đun nóng bơ trong chảo trên lửa vừa. Thêm tỏi băm vào xào cho đến khi có mùi thơm.
c) Thêm nấm porcini đã bù nước vào chảo và nấu trong vài phút.
d) Đổ chất lỏng ngâm dành riêng vào, đảm bảo để lại cặn.
e) Đun sôi hỗn hợp và nấu cho đến khi chất lỏng giảm đi một nửa.
f) Khuấy kem đặc và nêm muối và hạt tiêu cho vừa ăn. Tiếp tục đun nhỏ lửa cho đến khi nước sốt đặc lại một chút.
g) Trong khi đó, nấu gnocchi hiền nhân theo hướng dẫn trong nồi nước muối sôi. Xả gnocchi nấu chín.
h) Thêm gnocchi đã ráo nước vào chảo cùng với sốt porcini. Đảo cho đến khi gnocchi được phủ đầy nước sốt.
i) Phục vụ Sage Gnocchi với sốt Porcini nóng, trang trí với phô mai Parmesan bào.

# THỊT & GNOCCHI

## 26. Pesto Gnocchi với thịt gà

## THÀNH PHẦN:

- 1 muỗng canh dầu ô liu
- 1 ức gà không da, không xương cắt thành khối 1 $\frac{1}{2}$ inch
- muối và tiêu đen xay cho vừa ăn
- 2 muỗng canh nước luộc gà
- 8 ounce lọ đã chuẩn bị pesto
- Gói gnocchi khoai tây 12 ounce
- 4 ounce quả bóng mozzarella tươi nhỏ

## HƯỚNG DẪN:

a) Nêm đều các miếng thịt gà với muối và hạt tiêu.

b) Trong chảo, đun nóng dầu ô liu và nấu trong khoảng 7-10 phút.

c) Dùng một chiếc thìa có rãnh, chuyển gà vào tô, để phần nước xốt vào chảo.

d) Trong cùng một chiếc chảo, thêm nước luộc gà vào và đun sôi, dùng thìa gỗ cạo những phần màu nâu dưới đáy chảo.

e) Nấu trong khoảng 7-10 phút.

f) Khuấy thịt gà đã nấu chín và pesto rồi tắt bếp.

g) Trong một chảo lớn nước sôi có muối nhẹ, nấu gnocchi ở nhiệt độ cao trong khoảng 3 phút.

h) Dùng thìa có rãnh, chuyển gnocchi sang, để sẵn nước trong chảo.

i) Xếp chảo hỗn hợp gà lên trên nước sôi và nấu trong khoảng 5 phút, thỉnh thoảng khuấy đều.

j) Chuyển gnocchi vào đĩa phục vụ và phủ hỗn hợp thịt gà lên trên.

k) Thêm mozzarella và khuấy đều cho đến khi kết hợp tốt.

## 27. Chảo gà Gnocchi

**THÀNH PHẦN:**

- 1 gói (16 ounce) gnocchi khoai tây
- 1 pound thịt gà xay
- $\frac{1}{2}$ chén hành tây xắt nhỏ
- 2 muỗng canh dầu ô liu
- 1 lọ (26 ounce) nước sốt spaghetti
- $\frac{1}{4}$ thìa cà phê muối
- $\frac{1}{4}$ đến $\frac{1}{2}$ thìa cà phê lá oregano khô
- Phô mai Parmesan cắt nhỏ, tùy chọn

**HƯỚNG DẪN:**

a) Nấu gnocchi theo hướng dẫn trên bao bì. Trong khi đó, trong chảo lớn, xào gà và hành tây trong dầu trên lửa vừa cho đến khi gà không còn màu hồng; để ráo dầu gà và hành tây trên lửa vừa cho đến khi gà không còn màu hồng; thoát nước nếu 10 phút.

b) Xả gnocchi; khuấy nhẹ nhàng vào chảo. Trang trí khẩu phần với phô mai nếu muốn.

## 28. Thịt bê với Ricotta và phô mai dê Gnocchi

**THÀNH PHẦN:**

- 1 miếng thịt bê
- Muối và hạt tiêu cho vừa ăn
- Dầu ô liu để nấu ăn
- Ricotta và phô mai dê gnocchi (đã chuẩn bị trước)
- Các loại thảo mộc tươi để trang trí (chẳng hạn như hương thảo hoặc húng tây)

**HƯỚNG DẪN:**

a) Làm nóng lò nướng của bạn ở nhiệt độ mong muốn để nướng miếng thịt bê.

b) Nêm miếng thịt bê với muối và hạt tiêu lên cả hai mặt.

c) Đun nóng một ít dầu ô liu trong chảo an toàn với lò nướng trên lửa vừa cao. Áp chảo miếng thịt bê cả hai mặt cho đến khi chín vàng.

d) Chuyển chảo vào lò đã làm nóng trước và nướng miếng thịt bê cho đến khi chín tới độ chín mà bạn mong muốn.

e) Trong khi nướng thịt bê, hãy nấu ricotta và gnocchi phô mai dê theo hướng dẫn trong một nồi nước muối sôi riêng biệt.

f) Xả gnocchi đã nấu chín và đặt sang một bên.

g) Sau khi cắt xong miếng thịt bê, lấy nó ra khỏi lò và để yên trong vài phút.

h) Phục vụ món Thịt bê nướng với Ricotta và Gnocchi phô mai dê bằng cách đặt một phần gnocchi đã nấu chín lên đĩa. Đặt miếng thịt bê nướng lên trên gnocchi.

i) Trang trí với các loại thảo mộc tươi trước khi phục vụ.

## 29. Gnocchi khoai tây với thịt nai hầm

**THÀNH PHẦN:**

- 1 cốc gnocchi khoai tây
- 1 pound thịt nai, thái hạt lựu
- 1 củ hành tây, xắt nhỏ
- 2 củ cà rốt, thái hạt lựu
- 2 cọng cần tây, thái hạt lựu
- 3 tép tỏi, băm nhỏ
- 2 muỗng canh bột cà chua
- 4 chén nước dùng thịt bò hoặc thịt nai
- 1 muỗng cà phê húng tây khô
- Muối và hạt tiêu cho vừa ăn
- Rau mùi tây tươi cắt nhỏ để trang trí

**HƯỚNG DẪN:**

a) Trong nồi lớn, đun nóng một ít dầu trên lửa vừa. Thêm thịt nai thái hạt lựu và chiên vàng đều các mặt. Lấy thịt nai ra khỏi nồi và đặt sang một bên.

b) Trong cùng một nồi, thêm hành tây xắt nhỏ, cà rốt, cần tây và tỏi băm. Xào cho đến khi rau mềm.

c) Khuấy bột cà chua và nấu trong một phút.

d) Cho thịt nai đã chín vàng trở lại nồi cùng với nước dùng thịt bò hoặc thịt nai và húng tây khô. Nêm với muối và hạt tiêu.

e) Đun nhỏ lửa hầm trong khoảng 1 đến 1,5 giờ hoặc cho đến khi thịt nai mềm.

f) Trong một nồi riêng, nấu gnocchi khoai tây theo hướng dẫn trên bao bì cho đến khi chúng nổi lên mặt nước. Xả và đặt sang một bên.

g) Phục vụ món thịt nai hầm trên gnocchi khoai tây nấu chín.

h) Trang trí với rau mùi tây tươi xắt nhỏ.

## 30. Gnocchi nướng giăm bông và phô mai

**THÀNH PHẦN:**

- 1 pound gnocchi khoai tây
- 1 chén giăm bông nấu chín, thái hạt lựu
- 1 chén phô mai cheddar cắt nhỏ
- $\frac{1}{2}$ cốc phô mai Parmesan bào
- $\frac{1}{2}$ cốc sữa
- 2 thìa bơ
- 2 muỗng canh bột mì đa dụng
- $\frac{1}{2}$ thìa cà phê bột tỏi
- Muối và hạt tiêu cho vừa ăn
- Rau mùi tây tươi cắt nhỏ để trang trí

**HƯỚNG DẪN:**

a) Nấu gnocchi theo hướng dẫn trên bao bì. Xả và đặt sang một bên.

b) Làm nóng lò ở nhiệt độ 375°F (190°C). Mỡ một món nướng.

c) Trong chảo lớn, làm tan bơ trên lửa vừa. Thêm bột mì và bột tỏi. Nấu trong một phút, khuấy liên tục.

d) Từ từ đổ sữa vào trong khi đánh liên tục để tránh bị vón cục. Tiếp tục nấu cho đến khi nước sốt đặc lại.

e) Khuấy gnocchi nấu chín, giăm bông thái hạt lựu, phô mai cheddar cắt nhỏ, phô mai Parmesan bào, muối và hạt tiêu. Trộn cho đến khi kết hợp tốt.

f) Chuyển hỗn hợp vào đĩa nướng đã phết mỡ và trải đều.

g) Nướng trong khoảng 20-25 phút hoặc cho đến khi mặt trên vàng và phô mai tan chảy.

h) Lấy ra khỏi lò và để nguội trong vài phút trước khi dùng.

i) Trang trí với rau mùi tây tươi xắt nhỏ và phục vụ món gnocchi nướng giăm bông và phô mai như một lựa chọn bữa sáng ngon miệng.

## 31. Gnocchi với cà chua và thịt gà sấy khô

**THÀNH PHẦN:**

- 1 cốc Gnocchi
- 1 ức gà không xương, không da, nấu chín và thái hạt lựu
- $\frac{1}{4}$ chén cà chua phơi nắng, xắt nhỏ
- 2 tép tỏi, băm nhỏ
- 2 muỗng canh dầu ô liu
- $\frac{1}{4}$ chén phô mai Parmesan bào
- Muối và hạt tiêu cho vừa ăn
- Lá húng quế tươi để trang trí

**HƯỚNG DẪN:**

a) Nấu gnocchi theo hướng dẫn trên bao bì cho đến khi chúng nổi lên mặt nước. Xả và đặt sang một bên.
b) Trong chảo, đun nóng dầu ô liu trên lửa vừa.
c) Thêm tỏi băm và nấu cho đến khi có mùi thơm.
d) Cho ức gà thái hạt lựu vào chảo và xào cho đến khi chín.
e) Khuấy cà chua phơi nắng cắt nhỏ và gnocchi nấu chín. Quăng cho đến khi kết hợp tốt.
f) Nấu trong vài phút cho nóng.
g) Khuấy phô mai Parmesan bào và nêm muối và hạt tiêu cho vừa ăn.
h) Trang trí với lá húng quế tươi và phục vụ.

## 32. Gnocchi với Pancetta và Sage

## THÀNH PHẦN:

- 1 pound gnocchi khoai tây
- 4 ounce pancetta, thái hạt lựu
- 2 thìa bơ
- 8-10 lá xô thơm tươi
- Phô mai Parmesan bào để trang trí
- Muối và hạt tiêu cho vừa ăn

## HƯỚNG DẪN:

a) Nấu gnocchi theo hướng dẫn trên bao bì, sau đó để ráo nước và đặt sang một bên.
b) Trong chảo lớn, nấu pancetta thái hạt lựu trên lửa vừa cho đến khi giòn. Lấy ra khỏi chảo và đặt sang một bên.
c) Trong cùng một chiếc chảo, làm tan chảy bơ trên lửa vừa.
d) Thêm lá xô thơm và nấu khoảng 1 phút cho đến khi giòn.
e) Thêm gnocchi đã nấu chín vào chảo và trộn đều để chúng phủ đều hỗn hợp bơ và cây xô thơm.
f) Nêm với muối và hạt tiêu.
g) Chuyển gnocchi vào đĩa phục vụ và rắc pancetta giòn và phô mai Parmesan bào.

# 33. Gnocchi rau bina với thịt bò thăn nhỏ

**THÀNH PHẦN:**

- 1 pound rau bina, rửa sạch và bỏ cuống
- 2 chén bột mì đa dụng
- 2 quả trứng
- Muối và hạt tiêu cho vừa ăn
- 1 muỗng canh dầu ô liu
- 1 miếng thịt bò thăn nhỏ, thái thành miếng hình huy chương mỏng
- 2 thìa bơ
- Lá mùi tây tươi để trang trí

**HƯỚNG DẪN:**

a) Đun sôi một nồi nước muối lớn. Thêm rau bina và chần trong khoảng 2 phút cho đến khi héo. Xả rau bina và vắt hết nước thừa. Cắt nhuyễn rau bina đã chần.

b) Trong một bát trộn, trộn rau bina cắt nhỏ, bột mì đa dụng, trứng, muối và hạt tiêu. Trộn đều cho đến khi tạo thành bột.

c) Chia bột thành nhiều phần nhỏ và cuộn từng phần thành hình sợi dây trên bề mặt đã rắc bột mì. Cắt dây thành từng miếng nhỏ để tạo thành gnocchi.

d) Đun sôi một nồi nước muối khác. Thêm gnocchi rau bina và nấu cho đến khi chúng nổi lên bề mặt. Loại bỏ chúng bằng một cái thìa có rãnh và đặt chúng sang một bên.

e) Đun nóng dầu ô liu trong chảo trên lửa vừa cao. Thêm thịt bò thăn petit thái lát vào và nấu cho đến khi chúng đạt độ chín như bạn mong muốn. Lấy thịt bò ra khỏi chảo và đặt sang một bên.

f) Trong cùng một chiếc chảo, làm tan chảy bơ trên lửa vừa. Thêm gnocchi rau bina đã nấu chín và cho chúng vào bơ tan chảy cho đến khi chúng nóng đều và có màu nâu nhạt.

g) Phục vụ Gnocchi rau bina với thịt bò thăn nhỏ bằng cách xếp các miếng thịt bò lên đĩa và đặt gnocchi đã nấu chín bên cạnh. Trang trí với lá mùi tây tươi trước khi dùng.

34. Cá hồi nướng trên khoai tây Gnocchi với húng quế Pesto

**THÀNH PHẦN:**

- 1 cốc gnocchi khoai tây
- 1 phi lê cá hồi
- Pesto chanh và húng quế (tự làm hoặc mua ở cửa hàng)
- Muối và hạt tiêu cho vừa ăn

**HƯỚNG DẪN:**

a) Làm nóng lò nướng ở nhiệt độ mong muốn theo hướng dẫn nấu cá hồi.

b) Nấu gnocchi khoai tây theo hướng dẫn trên bao bì cho đến khi chúng nổi lên mặt nước. Xả và đặt sang một bên.

c) Nêm phi lê cá hồi với muối và hạt tiêu.

d) Đặt phi lê cá hồi lên khay nướng và nướng trong lò đã làm nóng trước cho đến khi chín.

e) Trong một chảo riêng, đun nóng gnocchi đã nấu chín với chanh và húng quế.

f) Bày cá hồi nướng lên trên gnocchi khoai tây với chanh và húng quế.

# 35. Xào Thổ Nhĩ Kỳ và chanh với Gnocchi áp chảo

**THÀNH PHẦN:**

- 1 pound ức gà tây, thái lát mỏng
- Vỏ và nước cốt của 1 quả chanh
- 2 muỗng canh nước tương
- 2 muỗng canh dầu ô liu
- 2 tép tỏi, băm nhỏ
- 1 quả ớt chuông đỏ, thái lát mỏng
- 1 quả ớt chuông vàng, thái lát mỏng
- 1 cốc đậu Hà Lan
- 1 pound gnocchi mua ở cửa hàng
- Muối và hạt tiêu cho vừa ăn
- Lá ngò tươi để trang trí

**HƯỚNG DẪN:**

a) Trong một cái bát, trộn các lát ức gà tây, vỏ chanh, nước cốt chanh và nước tương. Để gà tây ướp ít nhất 15 phút.

b) Đun nóng 1 thìa dầu ô liu trong chảo lớn hoặc chảo trên lửa cao. Thêm các lát gà tây đã ướp vào và xào cho đến khi chúng chín đều và có màu hơi nâu. Lấy gà tây ra khỏi chảo và đặt nó sang một bên.

c) Trong cùng một chiếc chảo, đun nóng một thìa dầu ô liu khác. Thêm tỏi băm và ớt chuông thái lát. Xào trong vài phút cho đến khi ớt hơi mềm.

d) Thêm đậu Hà Lan vào chảo và tiếp tục xào thêm một hoặc hai phút nữa.

e) Trong khi đó, nấu gnocchi theo hướng dẫn trên bao bì. Xả gnocchi.

f) Trong một chảo riêng, đun nóng một ít dầu ô liu trên lửa vừa cao. Thêm gnocchi nấu chín và chiên chúng cho đến khi chúng giòn và có màu vàng nâu.

g) Cho các lát gà tây đã nấu chín vào chảo cùng với rau xào. Thêm gnocchi áp chảo và trộn mọi thứ lại với nhau.

h) Nêm muối và hạt tiêu cho vừa ăn. Trang trí với lá ngò tươi.

i) Phục vụ món Thổ Nhĩ Kỳ xào và chanh với Gnocchi áp chảo nóng và thưởng thức!

## 36. Gnocchi hạt dẻ và khoai lang

THÀNH PHẦN:

GNOCCHI

- 1 + $\frac{1}{2}$ chén khoai lang nướng
- $\frac{1}{2}$ chén bột hạt dẻ
- $\frac{1}{2}$ cốc ricotta sữa nguyên chất
- 2 thìa cà phê muối kosher
- $\frac{1}{2}$ chén bột mì không chứa gluten
- Tiêu trắng để nếm thử
- Ớt bột hun khói để nếm thử

NẤM & HẠT HẠT RAGU

- 1 chén nấm nút, cắt làm 4
- 2-3 nấm portobello, thái thành dải mịn
- 1 khay nấm shimeji (trắng hoặc nâu)
- ⅓ chén hạt dẻ, thái hạt lựu
- 2 thìa bơ
- 2 củ hẹ, thái nhỏ
- 2 tép tỏi, thái nhỏ
- 1 muỗng cà phê bột cà chua
- Rượu vang trắng (hai vị)
- Muối Kosher (hai vị)
- 2 muỗng canh Sage tươi, thái nhỏ
- Mùi tây hai chìa khóa

HAI KẾT THÚC

- 2 muỗng canh dầu ô liu
- Phô mai Parmesan (hai vị)

HƯỚNG DẪN

GNOCCHI

a) Làm nóng lò ở 380 độ.

b) Dùng nĩa đâm xuyên khắp khoai lang.

c) Đặt khoai lang lên khay nướng có viền và nướng trong khoảng 30 phút hoặc cho đến khi mềm. Nhẹ nhàng mát mẻ một chút.

d) Gọt vỏ khoai lang và chuyển chúng vào máy chế biến thực phẩm. Xay nhuyễn cho đến khi mịn.

e) Trong một tô lớn, trộn các nguyên liệu khô (bột hạt dẻ, muối, bột mì không chứa gluten, tiêu trắng và ớt bột hun khói) và để chúng ở một bên.

f) Chuyển khoai lang nghiền nhuyễn vào tô lớn. Thêm ricotta vào và thêm $\frac{3}{4}$ hỗn hợp khô. Chuyển bột sang một bề mặt đã phủ nhiều bột mì và nhào nhẹ thêm bột cho đến khi bột quyện lại với nhau nhưng vẫn rất mềm.

g) Chia bột thành 6-8 miếng và cuộn từng miếng thành sợi dây dày 1 inch.

h) Cắt dây thành các đoạn dài 1 inch và phủ bột mì không chứa gluten lên từng đoạn.

i) Lăn từng miếng gnocchi vào nĩa đã rắc bột mì để tạo thành những vết lõm nhỏ.

j) Giữ nó trên khay trong tủ lạnh cho đến khi bạn sẵn sàng sử dụng.

**NẤM & HẠT HẠT RAGU**

k) Trong chảo nóng, làm tan chảy bơ và thêm một chút muối.

l) Thêm hẹ, tỏi và cây xô thơm vào xào trong 10 phút cho đến khi hẹ trong suốt.

m) Thêm tất cả nấm vào xào trên lửa lớn, khuấy liên tục.

n) Thêm bột cà chua và rượu vang trắng vào rồi đun nhỏ lửa cho đến khi nấm mềm.

o) Rắc rau mùi tây tươi cắt nhỏ và hạt dẻ thái hạt lựu lên trên ragu. Để qua một bên.

**HAI KẾT THÚC**

p) Đun sôi một nồi nước muối lớn. Thêm gnocchi khoai lang vào và nấu cho đến khi chúng nổi lên mặt nước, khoảng 3-4 phút.

q) Dùng thìa có rãnh chuyển gnocchi vào đĩa lớn. Lặp lại với gnocchi còn lại.

r) Đun chảy 2 thìa dầu ô liu trong chảo xào lớn.

s) Thêm gnocchi vào, khuấy nhẹ nhàng cho đến khi gnocchi chuyển sang màu caramen.

t) Thêm nấm Ragu và thêm một vài thìa nước gnocchi.

u) Khuấy nhẹ và để nấu trong 2-3 phút ở nhiệt độ cao.

v) Ăn kèm với rắc phô mai Parmesan lên trên.

# 37. Gnocchi với cây xô thơm, bơ và phô mai Parmesan

**THÀNH PHẦN:**

- 1 cốc Gnocchi
- 4 muỗng canh bơ không muối
- 10-12 lá xô thơm tươi
- Phô mai Parmesan bào để phục vụ
- Muối và hạt tiêu cho vừa ăn

**HƯỚNG DẪN:**

a) Nấu gnocchi theo hướng dẫn trên bao bì cho đến khi chúng nổi lên mặt nước. Xả và đặt sang một bên.
b) Trong chảo, làm tan bơ trên lửa vừa.
c) Thêm lá xô thơm tươi vào chảo và nấu cho đến khi chúng trở nên giòn.
d) Lấy lá xô thơm ra khỏi chảo và đặt chúng sang một bên.
e) Thêm gnocchi nấu chín vào chảo và đảo cho đến khi chúng được phủ đều bơ tan chảy.
f) Nêm muối và hạt tiêu cho vừa ăn.

# 38. Gruyere Gnocchi người Paris

**THÀNH PHẦN:**

- 1 cốc nước
- ½ cốc bơ không muối
- ½ muỗng cà phê muối
- 1 cốc bột mì đa dụng
- 4 quả trứng lớn
- Phô mai Gruyere bào để phục vụ

**HƯỚNG DẪN:**

a) Trong nồi, cho nước, bơ và muối vào đun sôi.

b) Giảm nhiệt xuống thấp và thêm bột mì cùng một lúc. Khuấy mạnh cho đến khi hỗn hợp tạo thành một khối và tách ra khỏi thành chảo.

c) Lấy chảo ra khỏi bếp và để nguội trong một phút.

d) Thêm từng quả trứng vào, đánh đều sau mỗi lần thêm cho đến khi hỗn hợp mịn.

e) Chuyển bột vào túi bắt kem có đầu trơn lớn.

f) Đổ bột lên khay nướng theo hình những chiếc bánh bao nhỏ.

g) Làm nóng lò ở nhiệt độ 400°F (200°C) và nướng bánh gnocchi trong khoảng 25-30 phút hoặc cho đến khi có màu vàng nâu và phồng lên.

h) Ăn nóng món gnocchi kiểu Paris, rắc phô mai Gruyere bào.

## 39. Gnocchi tỏi và húng quế

THÀNH PHẦN:

- 2 chén húng quế tươi, đóng gói chắc chắn
- ¼ chén hạt thông, nướng nhẹ
- 2 tép tỏi, xắt nhỏ
- ⅓ cốc dầu ô liu nguyên chất
- ½ cốc phô mai Parmesan, nước sốt bào
- 2 muỗng cà phê dầu ô liu
- 1 tép tỏi, nghiền nát
- 300ml kem
- 500 g Gnocchi khoai tây
- muối và tiêu
- 1 thìa nước cốt chanh
- húng quế tươi, hai món trang trí
- chanh nêm, hai phần ăn

HƯỚNG DẪN:

a) Đối với pesto trong máy xay thực phẩm, thêm húng quế, hạt thông, tỏi và xay cho đến khi mịn.
b) Trong khi động cơ đang chạy chậm, thêm dầu vào, khuấy đều cho đến khi hòa quyện. Thêm Parmesan và xay cho đến khi mịn.
c) Trong chảo nhỏ, đun nóng dầu ở lửa vừa và xào tỏi trong khoảng 1 phút.
d) Thêm kem và 3 thìa pesto vào và đun sôi.
e) Giảm nhiệt xuống thấp và đun nhỏ lửa trong khoảng 3 phút.
f) Trong khi đó, nấu gnocchi theo hướng dẫn trên bao bì .
g) Để ráo nước và chuyển gnocchi vào tô lớn với nước sốt rồi trộn đều.
h) Khuấy muối, hạt tiêu và nước cốt chanh ngay trước khi dùng.

i) Ăn kèm với húng quế và chanh.

## 40. Gnocchi phô mai nướng

## THÀNH PHẦN:

- 3 lít Nước
- 9 cốc Sữa
- 2 muỗng canh Muối kosher
- 1 muỗng cà phê Hạt nhục đậu khấu tươi
- 6 cốc Polenta
- 1 cái ly Bơ không muối
- 3 chén Parmesan cheese
- $\frac{3}{4}$ cốc Thịt xông khói nấu chín
- $\frac{3}{4}$ cốc Mùi tây
- ⅓ cốc Hành lá
- 18 Trứng
- 1 muỗng canh Tiêu trắng mới xay
- 9 cốc Phô mai Thụy Sĩ
- 1 cái ly Dầu ô liu
- 1 muỗng canh quế xay

## HƯỚNG DẪN

a) Cho nước, sữa, muối và hạt nhục đậu khấu vào nồi đun trên lửa vừa.
b) Giảm nhiệt, khuấy từ từ Polenta và tiếp tục khuấy cho đến khi đặc lại.
c) Tắt bếp và cho bơ, phô mai parmesan, thịt xông khói, mùi tây, hành lá, trứng và hạt tiêu đen vào khuấy đều.
d) Trộn đều và đổ vào chảo có độ dày $\frac{1}{4}$ inch.
e) Cắt thành các vòng 2 inch bằng máy cắt bánh quy.
f) Xếp các viên tròn vào chảo đã phết bơ và phủ 1 thìa phô mai Thụy Sĩ bào lên trên mỗi viên.
g) Rưới dầu ô liu.
h) Nướng ở 350 độ cho đến khi giòn và vàng.
i) Trang trí với quế xay và dùng nóng.

## 41. Cây xô thơm và Mascarpone Gnocchi

**THÀNH PHẦN:**

- 1 pound bí ngô
- $\frac{1}{2}$ cốc bơ không muối
- 1 cốc phô mai mascarpone
- 1 nhúm ớt cayenne
- $\frac{1}{2}$ cốc phô mai Parmigiano-Reggiano bào mịn
- muối và tiêu đen xay cho vừa ăn
- $\frac{1}{4}$ chén lá xô thơm tươi thái mỏng
- 2 quả trứng lớn
- 1 muỗng canh phô mai Parmigiano-Reggiano bào mịn
- 1 $\frac{1}{2}$ muỗng cà phê muối
- $\frac{1}{2}$ muỗng cà phê tiêu đen xay
- 1 chén bột mì đa dụng, chia đều

**HƯỚNG DẪN:**

a) Cắt bỏ phần cuống của quả bí và cắt làm đôi theo chiều dọc.

b) Đặt bí ngô vào một đĩa an toàn với lò vi sóng.

c) Dùng màng bọc thực phẩm bọc kín đĩa và cho vào lò vi sóng khoảng 8 phút.

d) Chuyển bí lên đĩa có lót khăn giấy cho nguội rồi gọt bỏ vỏ.

e) Trong một cái bát, thêm phô mai mascarpone, $\frac{1}{2}$ C. phô mai Parmigiano-Reggiano, trứng, muối và hạt tiêu đen vào rồi đánh cho đến khi mịn.

f) Thêm bí butternut và đánh cho đến khi kết hợp tốt.

g) Thêm $\frac{1}{2}$ C. bột vào và đánh cho đến khi vừa kết hợp.

h) Thêm $\frac{1}{2}$ C. còn lại của bột và khuấy cho đến khi vừa kết hợp.

i) Làm lạnh, đậy nắp ít nhất 8 giờ.

j) Trong một cái chảo lớn, thêm nước muối và đun sôi.

k) Trong một chảo không dính lớn, làm tan chảy khoảng ⅓ bơ và lấy ra khỏi bếp.

l) Lấy khoảng 1 ½ thìa cà phê bột bí và dùng thìa thứ hai, ấn bột và cho vào nước sôi.

m)Lặp lại với phần bột còn lại theo mẻ.

n) Khi gnocchi nổi lên mặt nước, nấu thêm 1 phút nữa.

o) Dùng thìa có rãnh, chuyển gnocchi vào chảo bơ tan chảy.

p) Đặt chảo lên lửa vừa cao và nấu gnocchi trong khoảng 3 phút.

q) Rắc ớt cayenne, muối và tiêu đen.

r) Lật gnocchi và khuấy lá xô thơm.

s) Nấu trong khoảng 2-3 phút.

t) Chuyển gnocchi vào đĩa và rưới bơ chín từ chảo lên trên.

u) Ăn kèm với 1 thìa phô mai Parmigiano-Reggiano.

# 42. Ricotta Gnocchi với Pesto

THÀNH PHẦN:

- 1 cốc phô mai ricotta
- 1 cốc bột mì đa dụng
- $\frac{1}{4}$ chén phô mai Parmesan bào
- $\frac{1}{4}$ chén húng quế tươi xắt nhỏ
- 1 quả trứng
- Muối và hạt tiêu cho vừa ăn
- Nước sốt Pesto để phục vụ
- Phô mai Parmesan bào để trang trí

HƯỚNG DẪN:

a) Trong một tô lớn, trộn phô mai ricotta, bột mì đa dụng, phô mai Parmesan bào, húng quế tươi cắt nhỏ, trứng, muối và tiêu. Trộn đều cho đến khi tạo thành bột.

b) Chia bột thành các phần nhỏ hơn và cuộn từng phần thành một sợi dây dài có đường kính khoảng 1 inch.

c) Cắt dây thành từng miếng vừa ăn và dùng nĩa ấn nhẹ từng miếng để tạo đường vân.

d) Đun sôi một nồi nước muối lớn. Nấu từng mẻ gnocchi cho đến khi chúng nổi lên bề mặt. Loại bỏ chúng bằng một cái thìa có rãnh và đặt sang một bên.

e) Phục vụ Ricotta Gnocchi với Pesto bằng cách trộn gnocchi đã nấu chín với sốt pesto.

f) Trang trí với phô mai Parmesan bào trước khi dùng.

## 43. Gnocchi và Stilton nướng

THÀNH PHẦN:

- 500g Gnocchi
- 200g phô mai Stilton, vụn
- Kem đôi 300ml
- 150g rau bina, xắt nhỏ
- 1 tép tỏi, băm nhỏ
- 1 thìa bơ
- 1 muỗng canh bột mì đa dụng
- $\frac{1}{4}$ muỗng cà phê hạt nhục đậu khấu
- Muối và hạt tiêu cho vừa ăn
- Rau mùi tây tươi, cắt nhỏ (để trang trí)

HƯỚNG DẪN:

a) Làm nóng lò nướng của bạn ở nhiệt độ 180°C (350°F). Bôi bơ hoặc bình xịt nấu ăn lên đĩa nướng và đặt sang một bên.

b) Đun sôi một nồi nước muối lớn. Thêm gnocchi và nấu theo hướng dẫn trên bao bì. Xả gnocchi đã nấu chín và đặt sang một bên.

c) Trong chảo, làm tan chảy bơ trên lửa vừa. Thêm tỏi băm vào xào khoảng 1-2 phút cho đến khi có mùi thơm.

d) Rắc bột mì lên bơ và tỏi tan chảy. Khuấy liên tục trong một phút để bột chín, tạo thành hỗn hợp roux.

e) Từ từ đổ kem đôi vào trong khi đánh liên tục để tránh bị vón cục. Tiếp tục đánh cho đến khi hỗn hợp đặc lại.

f) Thêm phô mai Stilton vụn vào nước sốt và khuấy cho đến khi phô mai tan chảy và nước sốt mịn. Nêm hạt nhục đậu khấu, muối và hạt tiêu cho vừa ăn.

g) Thêm rau bina cắt nhỏ vào nước sốt và nấu trong vài phút cho đến khi chín. Lấy nước sốt ra khỏi lửa.

h) Trong đĩa nướng đã phết dầu mỡ, trải đều gnocchi đã nấu chín thành một lớp.
i) Đổ nước sốt Stilton lên gnocchi, đảm bảo rằng tất cả gnocchi đều được phủ đều.
j) Đặt đĩa nướng vào lò làm nóng trước và nướng trong khoảng 20-25 phút hoặc cho đến khi mặt trên vàng và sủi bọt.
k) Sau khi nướng xong, lấy nó ra khỏi lò và để nguội trong vài phút. Trang trí với rau mùi tây tươi.
l) Phục vụ món Gnocchi và Stilton Bake nóng như món chính hoặc món phụ với salad hoặc bánh mì giòn.

## 44. Ricotta Herb Gnocchi với hai loại nước sốt

## THÀNH PHẦN:

- 1 cốc phô mai ricotta
- 1 cốc bột mì đa dụng
- 2 muỗng canh các loại thảo mộc tươi xắt nhỏ (chẳng hạn như húng quế, rau mùi tây hoặc húng tây)
- 1 quả trứng
- Muối và hạt tiêu cho vừa ăn
- Sốt cà chua để phục vụ
- Nước sốt Pesto để phục vụ
- Phô mai Parmesan bào để trang trí

## HƯỚNG DẪN:

a) Trong một tô lớn, trộn phô mai ricotta, bột mì đa dụng, rau thơm tươi cắt nhỏ, trứng, muối và tiêu. Trộn đều cho đến khi tạo thành bột.

b) Chia bột thành các phần nhỏ hơn và cuộn từng phần thành một sợi dây dài có đường kính khoảng 1 inch.

c) Cắt dây thành từng miếng vừa ăn và dùng nĩa ấn nhẹ từng miếng để tạo đường vân.

d) Đun sôi một nồi nước muối lớn. Nấu từng mẻ gnocchi cho đến khi chúng nổi lên bề mặt. Loại bỏ chúng bằng một cái thìa có rãnh và đặt sang một bên.

e) Phục vụ Ricotta Herb Gnocchi với 2 loại nước sốt bằng cách chia gnocchi nấu chín thành hai phần. Trộn một phần với sốt cà chua và phần còn lại với sốt pesto.

f) Trang trí với phô mai Parmesan bào trước khi dùng.

## 45. Parmesan và Gnocchi khoai tây

**THÀNH PHẦN:**

- 1 cốc gnocchi khoai tây
- $\frac{1}{4}$ chén phô mai Parmesan bào
- 2 thìa bơ
- Hạt tiêu vừa mới nghiền
- Rau mùi tây tươi cắt nhỏ để trang trí

**HƯỚNG DẪN:**

a) Nấu gnocchi khoai tây theo hướng dẫn trên bao bì cho đến khi chúng nổi lên mặt nước. Xả và đặt sang một bên.

b) Trong chảo, làm tan bơ trên lửa vừa.

c) Thêm gnocchi đã nấu chín vào chảo và trộn đều với bơ tan chảy.

d) Rắc phô mai Parmesan bào lên trên gnocchi và tiếp tục nấu, khuấy nhẹ cho đến khi phô mai tan chảy và tạo thành nước sốt kem.

e) Nêm hạt tiêu đen mới xay cho vừa ăn.

f) Trang trí với rau mùi tây tươi xắt nhỏ và phục vụ.

## 46. Ricotta-Gnocchi hành xanh

THÀNH PHẦN:

- 1 cốc phô mai ricotta
- 1 cốc bột mì đa dụng
- $\frac{1}{4}$ chén hành lá xắt nhỏ
- 1 quả trứng
- Muối và hạt tiêu cho vừa ăn
- Bơ hoặc dầu ô liu để xào
- Phô mai Parmesan bào để trang trí

HƯỚNG DẪN:

a) Trong một tô lớn, trộn phô mai ricotta, bột mì đa dụng, hành lá xắt nhỏ, trứng, muối và tiêu. Trộn đều cho đến khi tạo thành bột.

b) Chia bột thành các phần nhỏ hơn và cuộn từng phần thành một sợi dây dài có đường kính khoảng 1 inch.

c) Cắt dây thành từng miếng vừa ăn và dùng nĩa ấn nhẹ từng miếng để tạo đường vân.

d) Đun sôi một nồi nước muối lớn. Nấu từng mẻ gnocchi cho đến khi chúng nổi lên bề mặt. Loại bỏ chúng bằng một cái thìa có rãnh và đặt sang một bên.

e) Trong một chảo riêng, làm tan chảy một ít bơ hoặc đun nóng dầu ô liu trên lửa vừa. Thêm gnocchi nấu chín và xào cho đến khi chúng có màu nâu nhạt.

f) Phục vụ món Ricotta-Green Onion Gnocchi nóng, trang trí với phô mai Parmesan bào.

## 47. Gnocchi xanh với Caduta di Formaggio

**THÀNH PHẦN:**

- 1 cốc Gnocchi
- 2 chén lá rau chân vịt
- $\frac{1}{4}$ chén lá húng quế tươi
- 2 tép tỏi
- 2 muỗng canh dầu ô liu
- $\frac{1}{4}$ chén phô mai Parmesan bào
- Muối và hạt tiêu cho vừa ăn

**HƯỚNG DẪN:**

a) Nấu gnocchi theo hướng dẫn trên bao bì cho đến khi chúng nổi lên mặt nước. Xả và đặt sang một bên.

b) Trong máy xay sinh tố hoặc máy chế biến thực phẩm, trộn lá rau bina, lá húng quế tươi, tỏi, dầu ô liu, phô mai Parmesan bào, muối và hạt tiêu. Xay đến khi mịn.

c) Đun nóng nước sốt xanh trong chảo trên lửa vừa.

d) Thêm gnocchi đã nấu chín vào chảo và đảo cho đến khi chúng được phủ đều nước sốt xanh.

e) Nấu trong vài phút cho nóng.

f) Phục vụ Gnocchi xanh với Caduta di Formaggio và rắc thêm phô mai Parmesan bào lên trên.

## 48. Porcini Gnocchi với Prosciutto và kem Parmigiano

THÀNH PHẦN:

- 1 cốc gnocchi khoai tây
- $\frac{1}{2}$ chén nấm porcini khô
- 1 cốc kem đặc
- 2 thìa bơ
- 2 tép tỏi, băm nhỏ
- Muối và hạt tiêu cho vừa ăn
- Prosciutto cắt lát mỏng
- Phô mai Parmigiano-Reggiano bào để phục vụ
- Rau mùi tây tươi cắt nhỏ để trang trí

HƯỚNG DẪN:

a) Nấu gnocchi khoai tây theo hướng dẫn trên bao bì cho đến khi chúng nổi lên mặt nước. Xả và đặt sang một bên.

b) Trong một bát nhỏ, ngâm nấm porcini khô trong nước ấm khoảng 15 phút hoặc cho đến khi mềm. Xả và cắt chúng.

c) Trong chảo, làm tan bơ trên lửa vừa. Thêm tỏi băm và nấm porcini xắt nhỏ vào xào cho đến khi có mùi thơm.

d) Đổ kem đặc vào và khuấy đều. Nấu cho đến khi nước sốt hơi đặc lại.

e) Thêm gnocchi đã nấu chín vào chảo và đảo cho đến khi chúng được phủ đều nước sốt kem porcini.

f) Nêm muối và hạt tiêu cho vừa ăn.

g) Phục vụ món porcini gnocchi với những lát prosciutto ở trên.

h) Rắc phô mai Parmigiano-Reggiano bào và trang trí với rau mùi tây tươi cắt nhỏ.

## 49. Rau mùa đông và Gnocchi

THÀNH PHẦN:

- Gói 12 ounce bí ngô tươi cắt nhỏ
- 8 ounce nấm cremini, giảm một nửa
- 1 chén hành tây đông lạnh, rã đông
- 2 muỗng canh dầu ô liu nguyên chất
- 1 $\frac{1}{2}$ muỗng cà phê muối kosher
- $\frac{1}{4}$ thìa cà phê tiêu đen
- Gói gnocchi khoai tây 16 ounce
- 2 muỗng canh bơ mặn, làm mềm
- 2 ounce phô mai Parmigiano-Reggiano, cắt nhỏ, chia
- Rau mùi tây lá phẳng tươi xắt nhỏ

HƯỚNG DẪN

a) Làm nóng lò ở nhiệt độ 450°F, để chảo trong lò khi nó nóng trước.

b) Trộn bí đỏ, nấm, hành tây trân châu, dầu ô liu, muối và tiêu.

c) Múc hỗn hợp rau củ vào chảo nướng đã phết một ít dầu mỡ.

d) Nướng hỗn hợp rau cho đến khi bí mềm và có màu nâu khoảng 20 phút.

e) Chuẩn bị gnocchi theo hướng dẫn trên bao bì , dành 1 cốc nước nấu.

f) Lấy hỗn hợp rau ra khỏi lò. Khuấy gnocchi và bơ đã làm mềm.

g) Dần dần thêm tối đa 1 cốc nước nấu dành riêng, $\frac{1}{4}$ cốc mỗi giờ, khuấy đều cho đến khi bắt đầu hình thành nước sốt hơi đặc.

h) Khuấy $\frac{1}{4}$ cốc phô mai cắt nhỏ.

i) Phủ $\frac{1}{4}$ cốc phô mai còn lại lên trên.

j) Chia đều hỗn hợp rau và bánh bao vào 4 bát.

k) Trang trí với rau mùi tây cắt nhỏ nếu muốn và dùng ngay.

## 50. Ube Gnocchi với tỏi cà rốt xay nhuyễn

THÀNH PHẦN:

- 85 gram Ube, nghiền
- ½ cốc bột sắn
- muối và hạt tiêu cho vừa ăn

ĐỐI VỚI KEM ĐIỀU TỎI & CÀ RỐT:

- ½ chén hạt điều ngâm qua đêm trong 1 cốc nước
- ½ chén cà rốt nấu chín
- 3 muỗng canh dầu tỏi
- 3 thìa nước hạt điều
- ¼ thìa cà phê bột tỏi
- ¼ thìa cà phê Pimento
- một nhúm ớt bột
- muối và tiêu trắng cho vừa ăn

ĐỂ PHỤC VỤ VÀ TRANG TRÍ VỚI:

- lát bí xanh nướng
- kem tỏi điều cà rốt
- lát tỏi chiên
- hạt phỉ nướng
- bánh tráng cắt miếng rồi chiên
- phô mai thuần chay

HƯỚNG DẪN

a) Nấu ube và đặt nó sang một bên để nguội.

b) Sau đó dùng nĩa nghiền nhuyễn và thêm bột sắn vào. Nêm muối và hạt tiêu rồi nhào cho đến khi tạo thành bột.

c) Sau đó tạo thành hai khúc gỗ và cắt chúng thành các miếng ¾ inch hoặc 2 cm.

d) Dùng một cái nĩa hoặc một chiếc Garganelli, ấn nhẹ chiếc gối gnocchi vào mặt sau của chiếc nĩa hoặc tấm ván rồi dùng ngón cái ấn vào và xuống theo chiều dài của chiếc nĩa hoặc tấm ván.

e) Rắc bột khoai mì lên đĩa và đặt từng miếng gnocchi sang một bên cho đến khi bạn sẵn sàng luộc chúng.
f) Nấu gnocchi trong nước luộc rau hoặc nước sôi với một ít dầu ô liu. Tốt nhất nên làm việc này theo đợt.
g) Khi gnocchi đã sẵn sàng, chúng sẽ nổi lên mặt nước. Lấy chúng ra bằng một chiếc thìa có rãnh và đặt chúng sang một bên cho đến khi bạn sẵn sàng phục vụ chúng.
h) Chuẩn bị kem hạt điều tỏi và cà rốt. Cho tất cả các hướng dẫn vào máy xay thực phẩm và xay cho đến khi thành hỗn hợp sệt mịn.
i) Để phục vụ, hãy thêm một ít rau nướng, kem hạt điều & cà rốt tỏi và gnocchi.
j) Trang trí với một ít hạt phỉ nướng, vài lát tỏi phi, rồi phủ bánh tráng chiên lên trên để món ăn thêm phần hấp dẫn.

## 51. Gnocchi với cà chua, húng quế và ô liu

**THÀNH PHẦN:**

- 1 cốc Gnocchi
- 1 cốc cà chua thái hạt lựu
- $\frac{1}{4}$ chén ô liu đen thái lát
- 2 muỗng canh dầu ô liu
- 2 tép tỏi, băm nhỏ
- Lá húng quế tươi, xắt nhỏ
- Muối và hạt tiêu cho vừa ăn
- Phô mai Parmesan bào để phục vụ

**HƯỚNG DẪN:**

a) Nấu gnocchi theo hướng dẫn trên bao bì cho đến khi chúng nổi lên mặt nước. Xả và đặt sang một bên.

b) Trong chảo, đun nóng dầu ô liu trên lửa vừa.

c) Thêm tỏi băm và nấu cho đến khi có mùi thơm.

d) Thêm cà chua thái hạt lựu và ô liu đen thái lát vào chảo. Nấu cho đến khi cà chua tiết ra nước.

e) Thêm gnocchi đã nấu chín vào chảo và đảo cho đến khi chúng được phủ đều hỗn hợp cà chua và ô liu.

f) Khuấy lá húng quế tươi xắt nhỏ và nêm muối và hạt tiêu cho vừa ăn.

g) Phục vụ Gnocchi với cà chua, húng quế và ô liu với phô mai Parmesan bào rắc lên trên.

## 52. Gnocchi với stracchino

**THÀNH PHẦN:**

- 2 pound Khoai tây
- 3 chén bột mì 00
- 1 quả trứng
- Muối mịn để nếm
- 1 cốc phô mai Stracchino
- 1 pound rau bina
- 2 muỗng canh dầu ô liu nguyên chất
- 3 muỗng canh Kem tươi dạng lỏng
- Phô mai Parmigiano Reggiano để nếm thử -
- Muối mịn để nếm
- Hạt tiêu đen để nếm thử

**HƯỚNG DẪN:**

a) Luộc khoai tây trong khoảng 40 phút.

b) Gọt vỏ chúng khi còn nóng và nghiền chúng bằng máy nghiền khoai tây, sau đó đặt hỗn hợp nhuyễn lên bột.

c) Thêm trứng và một chút muối.

d) Nhào bằng tay để có được khối bột mềm nhưng chắc.

e) Lấy một phần bột và cuộn nó thành dải dày bằng đầu ngón tay.

f) Cắt các dải thành từng lát, lấy từng miếng và dùng ngón tay cái ấn nhẹ vào dụng cụ tạo hình gnocchi để tạo thành hình dạng cổ điển.

g) Đun nóng một chút dầu ô liu trong chảo, cho rau bina đã rửa sạch trước đó vào, đậy nắp và đun sôi trong 10 phút trên lửa nhỏ; thỉnh thoảng nhìn chằm chằm.

h) Sau khi rau bina đã chín, đặt chúng lên thớt trước khi dùng dao thái nhỏ.

i) Đặt kem lỏng tươi vào chảo mà bạn đã dùng để nấu rau bina cùng với phô mai stracchino cắt nhỏ. Đun trên lửa vừa để phô mai tan chảy tạo thành kem.

j) Bây giờ thêm rau bina thái nhỏ và khuấy đều.

k) Đun sôi một cái chảo chứa đầy nước.

l) Nấu gnocchi trong nước sôi vài phút; họ đã sẵn sàng ngay khi nổi lên bề mặt. Xả bằng skimmer, đặt chúng trực tiếp vào nước sốt và khuấy nhẹ.

m)Phục vụ gnocchi với phô mai stracchino và rau bina, đồng thời thêm Parmigiano Reggiano bào và hạt tiêu cho vừa ăn.

## 53. Gnocchi bí ngô với pancetta

THÀNH PHẦN:

- ½ cốc phô mai ricotta
- ½ chén bí ngô xay nhuyễn
- 2 quả trứng
- 3 cốc 00 bột mì
- ½ muỗng cà phê gừng xay
- 1 muỗng cà phê hạt nhục đậu khấu, xay
- ½ thìa cà phê đinh hương xay
- 1 muỗng canh quế
- ½ thìa cà phê hạt tiêu
- Muối kosher
- Hạt tiêu vừa mới nghiền
- Dầu ô liu nguyên chất
- 8 ounce củ cải Thụy Sĩ, đã bỏ cuống
- ½ cốc Pecorino Romano bào
- 2 tép tỏi
- 1 bó húng quế
- ½ chén hạt pignoli, nướng
- Muối kosher
- Hạt tiêu vừa mới nghiền
- 1 cốc dầu ô liu
- 8 ounce pancetta, thái lát
- Pecorino Romano

HƯỚNG DẪN:

a) Phủi hai tấm chảo bằng bột mì 00.

b) Để làm bột gnocchi, trộn phô mai ricotta, bí ngô nghiền nhuyễn và trứng vào tô cho đến khi hòa quyện. Trong một bát riêng, trộn bột mì 00, gừng, hạt nhục đậu khấu nghiền, đinh hương, quế, hạt tiêu, muối và hạt tiêu đen mới xay.

c) Thêm hỗn hợp bột vào hỗn hợp bí ngô-ricotta và khuấy cho đến khi vừa kết hợp và hỗn hợp tạo thành một quả bóng.
d) Trên bề mặt đã phủ một ít bột mì, nhào nhẹ bột trong khoảng 3 phút.
e) Để làm món gnocchi, hãy cắt một miếng bột bí ngô nhỏ và bọc phần còn lại bằng màng bọc thực phẩm. Dùng tay cuộn miếng bột thành sợi dây rộng khoảng 1 inch.
f) Cắt miếng bột 1 inch từ dây. Sử dụng bảng gnocchi hoặc nĩa, cẩn thận cuộn gnocchi đã cắt lên bảng để tạo thành bề mặt có họa tiết.
g) Đặt gnocchi bí ngô lên chảo đã phủ bột mì và đảm bảo gnocchi không chạm vào nếu không chúng sẽ dính vào nhau. Làm lạnh trước khi dùng.
h) Để làm món pesto củ cải Thụy Sĩ, hãy phủ một chảo xào lớn với một ít dầu ô liu nguyên chất, thêm củ cải Thụy Sĩ và nấu cho đến khi héo.
i) Cho củ cải héo, Pecorino Romano, tỏi, húng quế, hạt pignoli, muối và hạt tiêu đen mới xay vào máy xay thực phẩm. Từ từ đổ dầu ô liu vào và chế biến cho đến khi xay nhuyễn.
j) Đun sôi một nồi nước muối lớn.
k) Trong khi đó, trong một chảo xào lớn ở lửa vừa, thêm pancetta vào và nấu cho đến khi mỡ chảy ra và giòn, khoảng 5 phút.
l) Cẩn thận đặt gnocchi vào nước sôi và nấu cho đến khi chúng nổi lên khoảng 2 đến 3 phút. Dùng thìa có rãnh, thêm gnocchi bí ngô vào chảo pancetta và trộn đều.
m)Để phục vụ, chia gnocchi giữa các bát. Trang trí với Pecorino Romano mới xay và sốt pesto củ cải Thụy Sĩ.

## 54. Gnocchi với nấm

**THÀNH PHẦN:**

- 2 củ khoai tây nướng lớn
- 2 trứng
- 1 chén bột; hoặc ít hơn
- 1 muối; hai chìa khóa
- 1 muỗng canh bơ
- 1 chén nấm shiitake thái lát
- 1 cốc cà chua
- băm nhỏ húng quế / rau mùi tây / hẹ
- 1 phô mai parmesan; Đối với Trang trí

**HƯỚNG DẪN:**

a) Dùng nĩa đâm khắp khoai tây; nướng cho đến khi mềm, 45 phút đến 1 giờ. Hủy bỏ và thêm trứng, sau đó thêm đủ bột. Nêm muối và tiêu cho vừa ăn

b) Chuyển bột vào túi đựng bánh ngọt và nặn thành những hình trụ dài. Làm lạnh cho đến khi chắc chắn.

c) Cắt mỗi hình trụ thành từng miếng 1 inch.

d) Phủ nhẹ bột lên bề mặt làm việc và cuộn từng miếng một trên các ngạnh của một cái nĩa hoặc một chốt gnocchi. Đun sôi.

e) Trộn hỗn hợp nấm và rau thơm;

55. <u>Gnocchi với rượu vang đỏ-sốt cà chua</u>

**THÀNH PHẦN:**

- 2 củ khoai tây màu nâu đỏ vừa
- 1 muỗng canh dầu ô liu
- 3 tép tỏi, băm nhỏ
- Cà chua nghiền lon 28 ounce
- 1/3 chén rượu vang đỏ khô
- 11/2 muỗng cà phê húng quế khô
- 1 thìa cà phê lá oregano khô
- 2 muỗng canh mùi tây tươi băm nhỏ
- Muối
- Hạt tiêu vừa mới nghiền
- 1 chén bột mì đa dụng, cộng thêm nếu cần
- Húng quế tươi, để trang trí (tùy chọn)

**HƯỚNG DẪN:**

a) Làm nóng lò ở nhiệt độ 450°F. Đặt khoai tây vào lò nướng và nướng cho đến khi mềm khi dùng nĩa đâm vào, khoảng 1 giờ.

b) Trong một cái chảo lớn, đun nóng dầu trên lửa vừa. Thêm tỏi và nấu cho đến khi có mùi thơm, khoảng 1 phút. Đừng thiêu đốt.

c) Khuấy cà chua, rượu vang, húng quế, lá oregano, 1 muỗng canh rau mùi tây, muối và hạt tiêu cho vừa ăn. Giảm nhiệt xuống thấp và đun nhỏ lửa trong 20 phút. Giữ ấm ở nhiệt độ thấp.

d) Để làm gnocchi, trộn bột mì và 1 thìa cà phê muối vào tô lớn. Để qua một bên. Trong khi khoai tây nướng vẫn còn nóng, hãy cẩn thận cắt chúng làm đôi, cạo phần bên trong cho vào một tô lớn riêng biệt rồi cho qua máy xay khoai tây hoặc máy xay thực phẩm để làm khoai tây bông xốp.

e) Đặt khoai tây đã xay vào giữa bột cùng với 1 thìa rau mùi tây còn lại. Nêm kỹ với muối và hạt tiêu cho vừa ăn.

f) Trộn dần bột mì vào khoai tây để tạo thành bột nhão, thêm bột mì nếu cần. Nhào bột cho đến khi mịn, khoảng 4 phút. Đừng làm việc quá sức với bột. Chia bột thành 4 phần.

g) Trên bề mặt có phủ bột nhẹ, dùng lòng bàn tay lăn từng phần bột thành cuộn dày 1/2 inch. Cắt mỗi cuộn bột thành từng miếng $\frac{3}{4}$ inch.

h) Trong một nồi nước muối sôi lớn, nấu gnocchi cho đến khi chúng nổi lên trên, khoảng 3 phút. Lấy gnocchi đã nấu chín bằng thìa có rãnh và đặt vào một cái chao để ráo nước. Chuyển sang tô lớn và thêm nước sốt cà chua, trộn nhẹ nhàng để kết hợp.

i) Trang trí với húng quế tươi nếu dùng và dùng ngay.

# 56. Gnocchi soong

## THÀNH PHẦN:

- $\frac{3}{4}$ cốc phô mai ricotta tách béo một phần
- $\frac{1}{4}$ chén húng quế tươi, thái lát mỏng
- $\frac{1}{2}$ cốc phô mai mozzarella ít béo đã bào sợi
- 2 muỗng canh phô mai Parmesan bào
- 1 quả trứng, đánh nhẹ
- 3 chén nước sốt marinara đã chuẩn bị
- 1 gói (16 ounce) gnocchi khoai tây
- 2 chén lá rau bina, thái lát mỏng

## HƯỚNG DẪN:

a) Kết hợp ricotta, húng quế, hạnh nhân, $\frac{1}{4}$ cốc mozzarella, Parmesan và trứng vào một cái bát nhỏ. Khuấy cho đến khi hòa quyện. Để qua một bên.

b) Trải một lớp mỏng nước sốt marinara lên đĩa nướng. Phủ một nửa gnocchi và rau chân vịt lên trên lớp nước sốt. Sử dụng một nửa hỗn hợp ricotta, đặt những miếng nhỏ lên trên rau bina. Phủ một lớp nước sốt mỏng khác.

c) Lặp lại quá trình, kết thúc bằng nước sốt. Rắc $\frac{1}{4}$ cốc mozzarella còn lại lên.

d) Nướng trong 40 phút hoặc cho đến khi mặt trên sủi bọt và phô mai có màu nâu nhạt. Hãy đứng trong 15 phút trước khi phục vụ.

## 57. Gnocchi Nhật Bản

**THÀNH PHẦN:**

- 2 cốc khoai tây nghiền
- Muối và hạt tiêu cho vừa ăn
- $\frac{3}{4}$ chén đậu xanh đông lạnh, rã đông
- 1 trứng lớn
- 2 thìa cà phê tỏi băm
- 2 chén bột mì đa dụng, chia đều
- 1 muỗng cà phê củ gừng tươi băm nhỏ
- 1 muỗng cà phê mù tạt

**HƯỚNG DẪN:**

a) Cho khoai tây, đậu Hà Lan, tỏi, gừng, wasabi, muối, tiêu vào máy xay và xay cho đến khi mịn.

b) Thêm trứng và đập cho đến khi trứng vừa kết hợp.

c) Thêm 1 C. bột mì và xay cho đến khi vừa kết hợp.

d) Chuyển hỗn hợp khoai tây vào tô.

e) Từ từ thêm phần C. còn lại của bột vào hỗn hợp và trộn cho đến khi tạo thành một khối bột dính.

f) Dùng màng bọc thực phẩm bọc kín bát và để trong tủ lạnh cho đến khi nguội.

g) Đặt khoảng $\frac{1}{2}$ C. bột lên bề mặt đã rắc bột mì kỹ và cuộn thành sợi dây dài $\frac{1}{2}$ inch.

h) Với một con dao bột, cắt dây thành các đoạn 1 inch.

i) Lặp lại với số bột còn lại.

j) Trong một chảo lớn nước sôi có muối nhẹ, nấu từng mẻ gnocchi trong khoảng 3 phút.

k) Thoát nước tốt và phục vụ.

## 58. Gnocchi khoai lang & cà rốt

THÀNH PHẦN:

- 1 củ khoai lang lớn, nướng và gọt vỏ
- 1 củ cà rốt lớn, nấu chín và gọt vỏ
- 2 chén bột mì đa dụng, cộng thêm để phủ bụi
- $\frac{1}{2}$ muỗng cà phê muối
- $\frac{1}{4}$ muỗng cà phê quế xay
- $\frac{1}{4}$ thìa cà phê hạt nhục đậu khấu
- $\frac{1}{4}$ thìa cà phê gừng xay
- Bơ hoặc dầu ô liu để nấu ăn
- Lá xô thơm tươi để trang trí

HƯỚNG DẪN:

a) Trong một tô lớn, nghiền khoai lang nướng và cà rốt nấu chín cho đến khi mịn.

b) Trong một bát riêng, trộn bột mì đa dụng, muối, quế xay, nhục đậu khấu và gừng xay.

c) Dần dần thêm hỗn hợp bột vào khoai lang nghiền và cà rốt, trộn đều cho đến khi tạo thành một khối bột mềm. Nếu bột quá dính thì cho thêm một ít bột mì.

d) Chuyển khối bột sang một bề mặt đã rắc chút bột mì rồi nhào nhẹ trong vài phút cho đến khi mịn.

e) Chia bột thành nhiều phần nhỏ. Cuộn từng phần thành hình sợi dây, đường kính khoảng $\frac{1}{2}$ inch.

f) Cắt dây thành từng đoạn nhỏ, dài khoảng 1 inch để tạo thành gnocchi. Dùng nĩa tạo đường vân trên từng miếng nếu muốn.

g) Đun sôi một nồi nước muối lớn. Thêm gnocchi khoai lang và cà rốt vào nấu cho đến khi chúng nổi lên mặt nước. Quá trình này sẽ mất khoảng 2-3 phút. Dùng thìa có rãnh loại bỏ gnocchi và đặt chúng sang một bên.

h) Trong một chảo riêng, đun nóng một ít bơ hoặc dầu ô liu trên lửa vừa. Thêm khoai lang đã nấu chín và cà rốt gnocchi vào xào cho đến khi chúng có màu nâu nhạt và giòn.
i) Trang trí món Gnocchi khoai lang & cà rốt bằng lá xô thơm tươi trước khi dùng.

## 59. Gnocchi tẩm nấm

**THÀNH PHẦN:**

- 1 cốc Gnocchi
- 2 chén nấm thái lát (chẳng hạn như nấm cremini hoặc nấm nút)
- 2 thìa bơ
- 2 tép tỏi, băm nhỏ
- $\frac{1}{4}$ chén mùi tây tươi xắt nhỏ
- Muối và hạt tiêu cho vừa ăn
- Phô mai Parmesan bào để phục vụ

**HƯỚNG DẪN:**

a) Nấu gnocchi theo hướng dẫn trên bao bì cho đến khi chúng nổi lên mặt nước. Xả và đặt sang một bên.

b) Trong chảo, làm tan bơ trên lửa vừa.

c) Cho nấm đã thái lát vào chảo và xào cho đến khi nấm mềm và có màu nâu vàng.

d) Thêm tỏi băm và rau mùi tây tươi xắt nhỏ vào chảo. Nấu trong một phút cho đến khi có mùi thơm.

e) Thêm gnocchi đã nấu chín vào chảo và đảo cho đến khi chúng được phủ đều nấm và thảo mộc.

f) Nêm muối và hạt tiêu cho vừa ăn.

g) Phục vụ món Gnocchi tẩm nấm với phô mai Parmesan bào rắc lên trên.

## 60. Gnocchi với ô liu và Mozzarella hun khói

**THÀNH PHẦN:**

- 1 cốc Gnocchi
- 2 cốc cà chua bi, giảm một nửa
- $\frac{1}{4}$ chén ô liu xanh thái lát
- $\frac{1}{4}$ cốc mozzarella hun khói thái hạt lựu
- 2 muỗng canh dầu ô liu
- 2 tép tỏi, băm nhỏ
- Muối và hạt tiêu cho vừa ăn
- Lá húng quế tươi để trang trí

**HƯỚNG DẪN:**

a) Nấu gnocchi theo hướng dẫn trên bao bì cho đến khi chúng nổi lên mặt nước. Xả và đặt sang một bên.
b) Trong chảo, đun nóng dầu ô liu trên lửa vừa.
c) Thêm tỏi băm và nấu cho đến khi có mùi thơm.
d) Thêm cà chua bi vào chảo và xào cho đến khi chúng mềm và tiết ra nước.
e) Khuấy ô liu xanh thái lát và phô mai mozzarella hun khói thái hạt lựu. Nấu cho đến khi phô mai tan chảy một chút.
f) Thêm gnocchi đã nấu chín vào chảo và đảo cho đến khi chúng được phủ đều hỗn hợp cà chua, ô liu và mozzarella.
g) Nêm muối và hạt tiêu cho vừa ăn.
h) Trang trí với lá húng quế tươi và phục vụ.

## 61. Gnocchi hỗn hợp lá xanh và Dolcelatte

**THÀNH PHẦN:**

- 1 cốc Gnocchi
- 2 chén lá xanh trộn
- $\frac{1}{4}$ chén phô mai Dolcelatte vụn
- 2 muỗng canh dầu ô liu
- 2 tép tỏi, băm nhỏ
- Muối và hạt tiêu cho vừa ăn
- Hạt thông nướng để trang trí

**HƯỚNG DẪN:**

a) Nấu gnocchi theo hướng dẫn trên bao bì cho đến khi chúng nổi lên mặt nước. Xả và đặt sang một bên.

b) Trong chảo, đun nóng dầu ô liu trên lửa vừa.

c) Thêm tỏi băm và nấu cho đến khi có mùi thơm.

d) Thêm các loại lá xanh đã trộn vào chảo và xào cho đến khi chúng hơi héo.

e) Thêm gnocchi nấu chín vào chảo và đảo cho đến khi chúng được phủ đều lá xanh.

f) Khuấy phô mai Dolcelatte vụn và nấu cho đến khi phô mai tan chảy và tạo thành nước sốt kem.

g) Nêm muối và hạt tiêu cho vừa ăn.

h) Trang trí với hạt thông nướng và phục vụ.

## 62. Gnocchi với nấm và Ragout thảo mộc

**THÀNH PHẦN:**

- 1 cốc Gnocchi
- 2 chén nấm thái lát (chẳng hạn như nấm cremini hoặc nấm nút)
- 1 cốc cà chua thái hạt lựu
- 2 muỗng canh dầu ô liu
- 2 tép tỏi, băm nhỏ
- $\frac{1}{4}$ chén các loại thảo mộc tươi xắt nhỏ (chẳng hạn như rau mùi tây, húng tây và oregano)
- Muối và hạt tiêu cho vừa ăn
- Phô mai Parmesan bào để phục vụ

**HƯỚNG DẪN:**

a) Nấu gnocchi theo hướng dẫn trên bao bì cho đến khi chúng nổi lên mặt nước. Xả và đặt sang một bên.
b) Trong chảo, đun nóng dầu ô liu trên lửa vừa.
c) Thêm tỏi băm và nấu cho đến khi có mùi thơm.
d) Cho nấm đã thái lát vào chảo và xào cho đến khi nấm mềm và có màu nâu vàng.
e) Khuấy cà chua thái hạt lựu và các loại thảo mộc tươi xắt nhỏ. Nấu cho đến khi cà chua tiết ra nước và tạo thành nước sốt giống như ragout.
f) Thêm gnocchi đã nấu chín vào chảo và đảo cho đến khi chúng được phủ đều nấm, cà chua và rau ragout.
g) Nêm muối và hạt tiêu cho vừa ăn.
h) Phục vụ Gnocchi với Nấm, Cà chua và Ragout thảo mộc với phô mai Parmesan bào rắc lên trên.

## 63. Gnocchi với nấm và atisô

**THÀNH PHẦN:**

- 1 cốc Gnocchi
- 2 chén nấm thái lát (chẳng hạn như nấm cremini hoặc nấm nút)
- 1 cốc tim atisô ướp, để ráo nước và cắt nhỏ
- 2 muỗng canh dầu ô liu
- 2 tép tỏi, băm nhỏ
- $\frac{1}{4}$ chén mùi tây tươi xắt nhỏ
- Muối và hạt tiêu cho vừa ăn
- Phô mai Parmesan bào để phục vụ

**HƯỚNG DẪN:**

Nấu gnocchi theo hướng dẫn trên bao bì cho đến khi chúng nổi lên mặt nước. Xả và đặt sang một bên.

Trong chảo, đun nóng dầu ô liu trên lửa vừa.

Thêm tỏi băm và nấu cho đến khi có mùi thơm.

Cho nấm đã thái lát vào chảo và xào cho đến khi nấm mềm và có màu nâu vàng.

Khuấy trái tim atisô xắt nhỏ và rau mùi tây tươi xắt nhỏ. Nấu trong vài phút để kết hợp hương vị.

Thêm gnocchi đã nấu chín vào chảo và đảo cho đến khi chúng được phủ đều nấm và atisô.

Nêm muối và hạt tiêu cho vừa ăn.

Phục vụ Gnocchi với Nấm và Atisô với phô mai Parmesan bào rắc lên trên.

## 64. Gnocchi với Pesto và đậu Hà Lan

**THÀNH PHẦN:**

- 1 cốc Gnocchi
- $\frac{1}{4}$ chén húng quế
- $\frac{1}{2}$ chén đậu Hà Lan đông lạnh, rã đông
- 2 muỗng canh dầu ô liu
- 2 tép tỏi, băm nhỏ
- Muối và hạt tiêu cho vừa ăn
- Phô mai Parmesan bào để phục vụ

**HƯỚNG DẪN:**

a) Nấu gnocchi theo hướng dẫn trên bao bì cho đến khi chúng nổi lên mặt nước. Xả và đặt sang một bên.
b) Trong chảo, đun nóng dầu ô liu trên lửa vừa.
c) Thêm tỏi băm và nấu cho đến khi có mùi thơm.
d) Thêm đậu Hà Lan đã rã đông vào chảo và xào cho đến khi chúng nóng đều.
e) Khuấy pesto húng quế và nấu trong một phút để kết hợp các hương vị.
f) Thêm gnocchi đã nấu chín vào chảo và đảo cho đến khi chúng được phủ đều pesto và đậu Hà Lan.
g) Nêm muối và hạt tiêu cho vừa ăn.
h) Phục vụ Gnocchi với Pesto và Đậu Hà Lan với phô mai Parmesan bào rắc lên trên.

# ĐẬU GNOCCHI

## 65. Garbanzo Parsnip Gnocchi với lựu

THÀNH PHẦN:

- 2 chén đậu garbanzo nấu chín (đậu xanh), để ráo nước và rửa sạch
- 1 chén củ cải nấu chín, nghiền
- 1 $\frac{1}{2}$ chén bột mì đa dụng
- $\frac{1}{4}$ chén men dinh dưỡng (tùy chọn, để tăng thêm hương vị)
- 1 thìa cà phê muối
- $\frac{1}{2}$ thìa cà phê bột tỏi
- $\frac{1}{4}$ thìa cà phê tiêu đen
- Dầu ô liu (để nấu ăn)
- Lựa chọn nước sốt của bạn (ví dụ: marinara, pesto) để phục vụ
- Hạt lựu (để ăn)

HƯỚNG DẪN:

a) Trong một tô trộn lớn, trộn đậu garbanzo đã nấu chín và rau mùi tây nghiền. Nghiền chúng lại với nhau bằng máy nghiền khoai tây hoặc nĩa cho đến khi kết hợp tốt.
b) Cho bột mì, men dinh dưỡng (nếu dùng), muối, bột tỏi, tiêu đen vào tô. Khuấy đều để kết hợp và tạo thành bột.
c) Phủi bột mì lên một bề mặt sạch rồi chuyển bột gnocchi lên đó. Nhào bột nhẹ nhàng trong vài phút cho đến khi bột mịn và dẻo. Hãy cẩn thận đừng nhào quá tay.
d) Chia bột thành những phần nhỏ hơn. Lấy một phần và cuộn nó thành một sợi dây dài dày khoảng $\frac{1}{2}$ inch. Lặp lại với số bột còn lại.
e) Dùng dao hoặc dao cạo để cắt dây thành từng đoạn nhỏ, dài khoảng 1 inch. Bạn có thể để nguyên hoặc sử dụng mặt sau của một chiếc nĩa để tạo các đường gờ trên mỗi miếng.

f) Đun sôi một nồi nước muối lớn. Thêm gnocchi theo từng đợt, cẩn thận không để quá nhiều trong nồi. Nấu gnocchi trong khoảng 2-3 phút hoặc cho đến khi chúng nổi lên bề mặt. Khi chúng nổi lên, nấu thêm 1 phút rồi vớt chúng ra bằng thìa có rãnh hoặc lưới lọc hình nhện. Lặp lại cho đến khi tất cả gnocchi được nấu chín.
g) Đun nóng một ít dầu ô liu trong chảo trên lửa vừa. Thêm gnocchi đã nấu chín thành một lớp và nấu trong vài phút cho đến khi chúng có màu nâu nhạt và giòn. Lật chúng lại và nấu thêm một hoặc hai phút nữa. Lặp lại với gnocchi còn lại.
h) Phục vụ Garbanzo Parsnip Gnocchi nóng với lựa chọn nước sốt của bạn, chẳng hạn như marinara hoặc pesto.
i) Bạn cũng có thể thêm một ít phô mai Parmesan bào, hạt lựu và các loại thảo mộc tươi để trang trí nếu muốn.

## 66. Gnocchi khoai tây Garbanzo

THÀNH PHẦN:

- 1 cốc gnocchi khoai tây
- ½ chén đậu garbanzo đóng hộp, để ráo nước và rửa sạch
- 2 muỗng canh dầu ô liu
- 2 tép tỏi, băm nhỏ
- ¼ thìa cà phê ớt đỏ
- Muối và hạt tiêu cho vừa ăn
- Rau mùi tây tươi cắt nhỏ để trang trí

HƯỚNG DẪN:

a) Nấu gnocchi khoai tây theo hướng dẫn trên bao bì cho đến khi chúng nổi lên mặt nước. Xả và đặt sang một bên.
b) Trong chảo, đun nóng dầu ô liu trên lửa vừa. Thêm tỏi băm và ớt đỏ vào xào cho đến khi có mùi thơm.
c) Thêm đậu gnocchi và garbanzo đã nấu chín vào chảo. Nấu, thỉnh thoảng khuấy cho đến khi gnocchi có màu nâu nhạt và đậu garbanzo được đun nóng.
d) Nêm muối và hạt tiêu cho vừa ăn.
e) Trang trí với rau mùi tây tươi xắt nhỏ và phục vụ.

# 67. Đậu xào và Gnocchi với Salad cà chua và đá quý

**THÀNH PHẦN:**

- 1 pound đậu xanh, cắt nhỏ và giảm một nửa
- 1 pound đậu vàng, cắt nhỏ và giảm một nửa
- 1 pound gnocchi
- 2 muỗng canh dầu ô liu
- 2 tép tỏi, băm nhỏ
- 1 củ hành đỏ nhỏ, thái lát mỏng
- 1 cốc cà chua bi, giảm một nửa
- 1 chén xà lách đá quý, xé thành từng miếng nhỏ
- 2 muỗng canh giấm balsamic
- Muối và hạt tiêu cho vừa ăn

**HƯỚNG DẪN:**

a) Đun sôi một nồi nước muối lớn. Thêm đậu xanh và đậu vàng vào rồi chần khoảng 2 phút cho đến khi chín mềm. Xả đậu và chuyển ngay vào tô nước đá để dừng quá trình nấu. Xả một lần nữa và đặt sang một bên.

b) Nấu gnocchi theo hướng dẫn trên bao bì. Xả và đặt sang một bên.

c) Trong chảo lớn, đun nóng dầu ô liu trên lửa vừa. Thêm tỏi băm và hành đỏ thái lát vào xào cho đến khi hành mềm và có mùi thơm.

d) Thêm đậu xanh đã chần, đậu vàng, cà chua bi và gnocchi nấu chín vào chảo. Xào mọi thứ với nhau trong vài phút cho đến khi nóng.

e) Trong một bát riêng, trộn rau diếp gai và giấm balsamic. Nêm muối và hạt tiêu cho vừa ăn rồi trộn đều để rau diếp ngấm giấm.

f) Chia đậu xào và gnocchi vào các đĩa phục vụ. Đặt một phần salad đá quý lên trên mỗi đĩa.

# GNOCCHI SEMOLINA

# 68. Semolina Gnocchi với sốt cà chua đậm đà

**THÀNH PHẦN:**

- 1 chén bột báng
- 1 cốc sữa
- $\frac{1}{4}$ chén phô mai Parmesan bào
- Muối và hạt tiêu cho vừa ăn
- 2 muỗng canh dầu ô liu
- 1 củ hành tây, thái nhỏ
- 2 tép tỏi, băm nhỏ
- 1 lon (14 ounce) cà chua nghiền
- 1 muỗng cà phê húng quế khô
- 1 thìa cà phê lá oregano khô
- Lá húng quế tươi để trang trí

**HƯỚNG DẪN:**

a) Trong một cái chảo vừa, đun sôi sữa trên lửa vừa.

b) Từ từ cho bột báng vào, khuấy liên tục để tránh bị vón cục.

c) Tiếp tục nấu và khuấy hỗn hợp cho đến khi đặc lại và tách ra khỏi thành chảo, khoảng 5-7 phút.

d) Nhấc chảo ra khỏi bếp và cho phô mai Parmesan bào vào khuấy đều. Nêm muối và hạt tiêu cho vừa ăn.

e) Chuyển hỗn hợp bột báng vào đĩa nướng đã phết dầu mỡ và trải đều. Để nguội và để trong khoảng 30 phút.

f) Sau khi hỗn hợp bột báng đã đông lại, hãy cắt nó thành các hình dạng mong muốn.

g) Trong một chảo riêng, đun nóng dầu ô liu trên lửa vừa. Thêm hành tây xắt nhỏ và tỏi băm vào nấu cho đến khi mềm và có mùi thơm.

h) Khuấy cà chua nghiền, húng quế khô và lá oregano khô. Đun sôi nước sốt khoảng 10 phút để các gia vị hòa quyện vào nhau.

i) Trong khi đó, đun sôi một nồi nước muối lớn. Nấu từng mẻ gnocchi bột báng cho đến khi chúng nổi lên bề mặt. Dùng thìa có rãnh loại bỏ chúng và chuyển chúng vào nước sốt cà chua.

j) Nhẹ nhàng ném gnocchi vào nước sốt cà chua cho đến khi chúng được phủ đều.

k) Ăn nóng Semolina Gnocchi với sốt cà chua đậm đà, trang trí bằng lá húng quế tươi.

# 69. Semolina Gnocchi với cá cơm, tỏi và hương thảo

**THÀNH PHẦN:**

- 1 chén bột báng
- 1 cốc sữa
- $\frac{1}{4}$ chén phô mai Parmesan bào
- 2 thìa bơ
- 4-5 phi lê cá cơm, xắt nhỏ
- 2 tép tỏi, băm nhỏ
- 1 muỗng canh hương thảo tươi xắt nhỏ
- Muối và hạt tiêu cho vừa ăn

**HƯỚNG DẪN:**

a) Trong một cái chảo vừa, đun sôi sữa trên lửa vừa.
b) Từ từ cho bột báng vào, khuấy liên tục để tránh bị vón cục.
c) Tiếp tục nấu và khuấy hỗn hợp cho đến khi đặc lại và tách ra khỏi thành chảo, khoảng 5-7 phút.
d) Nhấc chảo ra khỏi bếp và cho phô mai Parmesan bào vào khuấy đều. Nêm muối và hạt tiêu cho vừa ăn.
e) Chuyển hỗn hợp vào đĩa nướng đã phết mỡ và trải đều. Để nguội và để trong khoảng 30 phút.
f) Sau khi hỗn hợp bột báng đã đông lại, hãy cắt nó thành các hình dạng mong muốn (chẳng hạn như hình vuông hoặc hình chữ nhật).
g) Trong chảo, làm tan chảy bơ trên lửa vừa. Thêm cá cơm cắt nhỏ, tỏi băm và lá hương thảo cắt nhỏ vào. Nấu cho đến khi tỏi thơm và cá cơm tan trong bơ.
h) Thêm gnocchi bột báng vào chảo và nấu cho đến khi chúng nóng đều và có màu nâu nhạt ở cả hai mặt.

# 70. Gnocchi bột báng với sốt Pesto

**THÀNH PHẦN:**

- 1 chén bột báng
- 1 cốc nước
- $\frac{1}{2}$ muỗng cà phê muối
- $\frac{1}{4}$ chén nước sốt pesto
- Phô mai Parmesan bào để trang trí

**HƯỚNG DẪN:**

a) Thực hiện theo các bước từ 1-5 trong công thức trước để làm bột báng gnocchi.

b) Đun sôi một nồi nước muối và nấu gnocchi trong khoảng 2-3 phút cho đến khi chúng nổi lên mặt nước.

c) Xả gnocchi và trộn với nước sốt pesto.

d) Rắc phô mai Parmesan bào lên trên để tăng thêm hương vị.

# 71. Gnocchi bột báng với sốt bơ nâu xô thơm

THÀNH PHẦN:

- 1 chén bột báng
- 1 cốc nước
- $\frac{1}{2}$ muỗng cà phê muối
- 4 muỗng canh bơ không muối
- 8-10 lá xô thơm tươi
- Phô mai Parmesan bào để trang trí

HƯỚNG DẪN:

a) Chuẩn bị bột semolina gnocchi theo các bước 1-5 trong công thức đầu tiên.
b) Đun sôi một nồi nước muối và nấu gnocchi trong khoảng 2-3 phút cho đến khi chúng nổi lên mặt nước.
c) Trong khi đó, trong một chảo riêng, làm tan bơ trên lửa vừa cho đến khi bơ chuyển sang màu nâu vàng và có mùi thơm hạt dẻ.
d) Thêm lá xô thơm vào chảo và nấu trong một phút cho đến khi giòn.
e) Lấy gnocchi đã nấu chín ra khỏi nồi và chuyển chúng vào chảo cùng với bơ nâu và cây xô thơm.
f) Nhẹ nhàng đảo gnocchi để nước sốt phủ đều lên chúng.
g) Phục vụ món gnocchi bột báng với sốt bơ xô thơm màu nâu, rắc phô mai Parmesan bào.

## 72. Semolina Gnocchi với nấm Portobello

## THÀNH PHẦN:

- 1 chén bột báng gnocchi
- 2 nấm Portobello, thái lát
- 1 quả cà chua, thái hạt lựu
- Dầu ô liu để chiên
- Muối và hạt tiêu cho vừa ăn

## HƯỚNG DẪN:

a) Nấu gnocchi bột báng theo hướng dẫn trên bao bì cho đến khi chúng nổi lên bề mặt. Xả và đặt sang một bên.
b) Đun nóng dầu ô liu trong chảo trên lửa vừa.
c) Thêm nấm Portobello thái lát và cà chua thái hạt lựu vào chảo. Nấu cho đến khi nấm mềm và cà chua tiết ra nước.
d) Thêm gnocchi nấu chín vào chảo và chiên cho đến khi vàng nâu và giòn.
e) Nêm muối và hạt tiêu cho vừa ăn.
f) phục vụ,

## 73. Gnocchi bột báng với sốt kem Gorgonzola

**THÀNH PHẦN:**

- 1 chén bột báng
- 1 cốc nước
- $\frac{1}{2}$ muỗng cà phê muối
- $\frac{1}{2}$ cốc kem đặc
- $\frac{1}{4}$ chén phô mai Gorgonzola vụn
- Tiêu đen mới xay để nếm thử

**HƯỚNG DẪN:**

a) Chuẩn bị bột semolina gnocchi theo các bước 1-5 trong công thức đầu tiên.

b) Đun sôi một nồi nước muối và nấu gnocchi trong khoảng 2-3 phút cho đến khi chúng nổi lên mặt nước.

c) Trong một chảo riêng, đun nóng kem đặc trên lửa vừa cho đến khi bắt đầu sôi.

d) Giảm nhiệt xuống thấp và khuấy phô mai Gorgonzola vụn, để phô mai tan chảy thành kem.

e) Nêm nước sốt với hạt tiêu đen mới xay cho vừa ăn.

f) Xả gnocchi đã nấu chín và chuyển chúng vào chảo với sốt kem Gorgonzola.

g) Nhẹ nhàng quăng gnocchi để phủ chúng với nước sốt.

# 74. Semolina Gnocchi với rau nướng

THÀNH PHẦN:

- 1 chén bột báng
- 1 cốc nước
- ½ muỗng cà phê muối
- Các loại rau (ví dụ: cà chua bi, bí xanh, ớt chuông, cà tím), cắt thành miếng vừa ăn
- Dầu ô liu để rang
- Các loại thảo mộc tươi (sồi, hương thảo, húng tây) để trang trí
- Phô mai Parmesan bào để trang trí

HƯỚNG DẪN:

a) Chuẩn bị bột semolina gnocchi theo các bước 1-5 trong công thức đầu tiên.

b) Đun sôi một nồi nước muối và nấu gnocchi trong khoảng 2-3 phút cho đến khi chúng nổi lên mặt nước.

c) Trong khi nấu gnocchi, hãy làm nóng lò ở nhiệt độ 400°F (200°C).

d) Trộn các loại rau với dầu ô liu, muối và hạt tiêu lên khay nướng.

e) Nướng rau trong lò làm nóng trước khoảng 15-20 phút cho đến khi chúng mềm và hơi caramen.

f) Lấy gnocchi đã nấu chín ra khỏi nồi và chuyển chúng vào đĩa phục vụ.

g) Xếp các loại rau nướng lên trên gnocchi.

h) Rắc các loại thảo mộc tươi và phô mai Parmesan bào.

# Súp GNOCCHI

## 75. Súp gnocchi gà kem

## THÀNH PHẦN:

- 2 ức gà không xương, không da
- 1 củ hành vàng nhỏ, thái hạt lựu
- 6 củ cà rốt, xắt nhỏ
- 5 chén nước luộc gà ít natri
- 1 chén rượu vang trắng khô, chẳng hạn như pinot grigio hoặc Sauvignon Blanc
- 2 muỗng canh lá húng tây tươi, cộng thêm để phục vụ
- 2 lá nguyệt quế
- 1 thìa cà phê ớt bột
- ½ muỗng cà phê ớt đỏ nghiền nát
- 1 vỏ Parmesan
- Muối Kosher và hạt tiêu mới xay
- 1 hộp gnocchi khoai tây mini (16 ounce)
- ½ chén phô mai Parmesan bào, và nhiều hơn nữa để phục vụ
- ¾ cốc sữa nguyên chất hoặc kem đặc
- 2 muỗng canh dầu ô liu nguyên chất
- 2 pound nấm hỗn hợp, xắt nhỏ
- 4 tép tỏi, đập dập
- 4 thìa bơ mặn
- Vỏ từ 1 quả chanh

## HƯỚNG DẪN:

a) Trong nồi nấu chậm, kết hợp thịt gà, hành tây, cà rốt, nước dùng, rượu vang, 1 thìa húng tây, lá nguyệt quế, ớt bột, ớt đỏ và vỏ Parmesan, rồi nêm muối và tiêu.

b) Đậy nắp và nấu ở nhiệt độ thấp cho đến khi gà rã rời, từ 5 đến 6 giờ.

c) Trong 30 phút nấu cuối cùng, cho gnocchi, Parmesan bào và sữa vào khuấy đều. Loại bỏ lá nguyệt quế và vỏ Parmesan.

d) Lấy thịt gà ra và xé nhỏ bằng hai chiếc nĩa. Khuấy gà lại vào súp.

e) Đun nóng dầu ô liu trong chảo lớn trên lửa cao.

f) Khi dầu sủi bọt, cho nấm vào và nêm muối và tiêu.

g) Nấu không quấy cho đến khi vàng, 5 phút, sau đó khuấy đều và tiếp tục nấu cho đến khi nấm có màu caramen, thêm 3 đến 5 phút nữa.

h) Giảm lửa vừa và thêm tỏi, bơ, 1 thìa húng tây còn lại và vỏ chanh. Nấu, thỉnh thoảng khuấy cho đến khi tỏi có màu caramen và thơm, từ 3 đến 5 phút.

i) Dùng nĩa nghiền tỏi rồi cho nấm, tỏi nghiền và bơ vào nồi rồi khuấy đều.

j) Chia súp cho sáu bát và phủ húng tây và Parmesan lên trên.

# 76. Súp Gnocchi gà kem

**THÀNH PHẦN:**

- 1 pound gnocchi khoai tây
- 2 chén gà nấu chín, xé nhỏ
- 4 chén nước luộc gà
- 1 cốc kem đặc
- 1 cốc cà rốt, thái hạt lựu
- 1 chén cần tây, thái hạt lựu
- $\frac{1}{2}$ chén hành tây, thái hạt lựu
- 3 tép tỏi, băm nhỏ
- 2 thìa bơ
- 2 muỗng canh bột mì đa dụng
- 1 muỗng cà phê húng tây khô
- Muối và hạt tiêu cho vừa ăn
- Rau mùi tây tươi, cắt nhỏ để trang trí

**HƯỚNG DẪN:**

a) Nấu gnocchi theo hướng dẫn trên bao bì, sau đó để ráo nước và đặt sang một bên.
b) Trong một nồi lớn, làm tan bơ trên lửa vừa.
c) Thêm cà rốt thái hạt lựu, cần tây, hành tây và tỏi băm. Xào cho đến khi rau mềm.
d) Khuấy bột mì đa dụng và húng tây khô. Nấu trong 1-2 phút để tạo thành roux.
e) Đổ từ từ nước luộc gà vào, đảm bảo không bị vón cục.
f) Đun sôi súp và nấu trong 10 phút để các hương vị hòa quyện với nhau.
g) Cho thịt gà xé nhỏ và gnocchi nấu chín vào nồi.
h) Đổ kem đặc vào và khuấy đều.
i) Nêm muối và hạt tiêu cho vừa ăn.
j) Đun nhỏ lửa thêm 5 phút.

k) Múc súp gnocchi gà kem vào bát và trang trí với rau mùi tây mới cắt nhỏ.

l) Ăn nóng và thưởng thức!

## 77. Súp cà chua húng quế Gnocchi

THÀNH PHẦN:

- 1 pound gnocchi khoai tây
- 2 chén nước sốt cà chua
- 4 chén nước luộc rau
- 1 cốc cà chua thái hạt lựu đóng hộp
- ½ chén hành tây, thái hạt lựu
- 3 tép tỏi, băm nhỏ
- 2 muỗng canh dầu ô liu
- 1 muỗng cà phê húng quế khô
- ½ muỗng cà phê lá oregano khô
- Muối và hạt tiêu cho vừa ăn
- Lá húng quế tươi, gai để trang trí
- Phô mai Parmesan bào để phục vụ (tùy chọn)

HƯỚNG DẪN:

a) Nấu gnocchi theo hướng dẫn trên bao bì, sau đó để ráo nước và đặt sang một bên.

b) Trong một nồi lớn, đun nóng dầu ô liu trên lửa vừa.

c) Thêm hành tây thái hạt lựu và tỏi băm. Xào cho đến khi hành tây trong suốt và có mùi thơm.

d) Khuấy nước sốt cà chua, nước luộc rau, cà chua thái hạt lựu đóng hộp, húng quế khô và lá oregano khô.

e) Nêm với muối và hạt tiêu.

f) Đun sôi súp và nấu trong 15-20 phút để hương vị phát triển.

g) Thêm gnocchi nấu chín vào nồi và khuấy đều.

h) Đun nhỏ lửa thêm 5 phút.

i) Múc súp gnocchi húng quế cà chua vào bát.

j) Trang trí với lá húng quế tươi xé nhỏ và rắc phô mai Parmesan bào lên trên nếu muốn.

k) Ăn nóng và thưởng thức!

## 78. Súp Gnocchi rau chân vịt và xúc xích

## THÀNH PHẦN:

- 1 pound gnocchi khoai tây
- 1 chén xúc xích nấu chín, vụn
- 4 chén nước luộc gà
- 2 chén lá rau bina tươi
- $\frac{1}{2}$ chén hành tây, thái hạt lựu
- 2 tép tỏi, băm nhỏ
- 2 muỗng canh dầu ô liu
- $\frac{1}{2}$ muỗng cà phê húng tây khô
- $\frac{1}{4}$ muỗng cà phê ớt đỏ (tùy chọn)
- Muối và hạt tiêu cho vừa ăn
- Phô mai Parmesan bào để phục vụ (tùy chọn)

## HƯỚNG DẪN:

a) Nấu gnocchi theo hướng dẫn trên bao bì, sau đó để ráo nước và đặt sang một bên.

b) Trong một nồi lớn, đun nóng dầu ô liu trên lửa vừa.

c) Thêm hành tây thái hạt lựu và tỏi băm. Xào cho đến khi hành tây trong suốt và có mùi thơm.

d) Khuấy xúc xích đã nấu chín, nước luộc gà, húng tây khô và ớt đỏ (nếu dùng).

e) Nêm với muối và hạt tiêu.

f) Đun sôi súp và nấu trong 10 phút để các hương vị hòa quyện với nhau.

g) Thêm lá rau bina tươi và gnocchi nấu chín vào nồi.

h) Khuấy cho đến khi rau bina héo và gnocchi được đun nóng.

i) Nếm thử và điều chỉnh gia vị nếu cần.

j) Múc súp gnocchi rau chân vịt và xúc xích vào tô.

k) Rắc phô mai Parmesan bào lên trên nếu muốn.

l) Ăn nóng và thưởng thức!

## 79. Súp Gnocchi kem nấm

THÀNH PHẦN:

- 1 pound gnocchi khoai tây
- 2 chén nấm, thái lát
- 4 chén nước luộc rau
- 1 cốc kem đặc
- ½ chén hành tây, thái hạt lựu
- 2 tép tỏi, băm nhỏ
- 2 thìa bơ
- 2 muỗng canh bột mì đa dụng
- 1 muỗng cà phê húng tây khô
- Muối và hạt tiêu cho vừa ăn
- Rau mùi tây tươi, cắt nhỏ để trang trí

**HƯỚNG DẪN:**

Nấu gnocchi theo hướng dẫn trên bao bì, sau đó để ráo nước và đặt sang một bên.

Trong một nồi lớn, làm tan bơ trên lửa vừa.

Thêm hành tây thái hạt lựu và tỏi băm. Xào cho đến khi hành tây trong suốt và có mùi thơm.

Cho nấm đã thái lát vào nồi và nấu cho đến khi nấm hết nước và trở nên mềm.

Khuấy bột mì đa dụng và húng tây khô. Nấu trong 1-2 phút để tạo thành roux.

Dần dần cho nước luộc rau vào, đảm bảo không bị vón cục.

Đun sôi súp và nấu trong 10 phút để các hương vị hòa quyện với nhau.

Đổ kem đặc vào và khuấy đều.

Nêm muối và hạt tiêu cho vừa ăn.

Thêm gnocchi nấu chín vào nồi và đun nhỏ lửa thêm 5 phút.

Múc súp gnocchi nấm kem vào tô và trang trí với rau mùi tây mới cắt nhỏ.

Ăn nóng và thưởng thức!

# 80. Súp Gnocchi Minestrone

**THÀNH PHẦN:**

- 1 pound gnocchi khoai tây
- 4 chén nước luộc rau
- 1 cốc cà chua thái hạt lựu đóng hộp
- 1 chén đậu cannellini, rửa sạch và để ráo nước
- 1 chén rau trộn xắt nhỏ (như cà rốt, cần tây và bí xanh)
- ½ chén hành tây, thái hạt lựu
- 2 tép tỏi, băm nhỏ
- 2 muỗng canh dầu ô liu
- 1 muỗng cà phê húng quế khô
- ½ muỗng cà phê lá oregano khô
- Muối và hạt tiêu cho vừa ăn
- Rau mùi tây tươi, cắt nhỏ để trang trí

**HƯỚNG DẪN:**

a) Nấu gnocchi theo hướng dẫn trên bao bì, sau đó để ráo nước và đặt sang một bên.

b) Trong một nồi lớn, đun nóng dầu ô liu trên lửa vừa.

c) Thêm hành tây thái hạt lựu và tỏi băm. Xào cho đến khi hành tây trong suốt và có mùi thơm.

d) Khuấy các loại rau trộn xắt nhỏ, cà chua thái hạt lựu đóng hộp, đậu cannellini, húng quế khô và lá oregano khô.

e) Nêm với muối và hạt tiêu.

f) Đổ nước luộc rau vào và đun sôi súp.

g) Giảm nhiệt và đun nhỏ lửa trong 15-20 phút hoặc cho đến khi rau mềm.

h) Thêm gnocchi nấu chín vào nồi và khuấy đều.

i) Đun nhỏ lửa thêm 5 phút.

j) Múc súp gnocchi minestrone vào bát và trang trí với rau mùi tây mới cắt nhỏ.

k) Ăn nóng và thưởng thức!

# 81. Súp Gnocchi bí đỏ

**THÀNH PHẦN:**

- 1 pound gnocchi khoai tây
- 2 cốc bí xay nhuyễn
- 4 chén nước luộc rau
- 1 cốc nước cốt dừa
- ½ chén hành tây, thái hạt lựu
- 2 tép tỏi, băm nhỏ
- 2 muỗng canh dầu ô liu
- 1 thìa cà phê xô thơm khô
- ½ muỗng cà phê hạt nhục đậu khấu
- Muối và hạt tiêu cho vừa ăn
- Hạt bí ngô nướng để trang trí (tùy chọn)

**HƯỚNG DẪN:**

a) Nấu gnocchi theo hướng dẫn trên bao bì, sau đó để ráo nước và đặt sang một bên.

b) Trong một nồi lớn, đun nóng dầu ô liu trên lửa vừa.

c) Thêm hành tây thái hạt lựu và tỏi băm. Xào cho đến khi hành tây trong suốt và có mùi thơm.

d) Khuấy nhuyễn bí đỏ, nước luộc rau, nước cốt dừa, cây xô thơm khô và hạt nhục đậu khấu.

e) Nêm với muối và hạt tiêu.

f) Đun sôi súp và nấu trong 10 phút để các hương vị hòa quyện với nhau.

g) Thêm gnocchi nấu chín vào nồi và đun nhỏ lửa thêm 5 phút.

h) Nếm thử và điều chỉnh gia vị nếu cần.

i) Múc súp gnocchi bí đỏ vào bát.

j) Trang trí với hạt bí ngô nướng, nếu muốn.

k) Ăn nóng và thưởng thức!

## 82. Súp Gnocchi đám cưới kiểu Ý

**THÀNH PHẦN:**

- 1 pound gnocchi khoai tây
- 1 chén thịt viên Ý nấu chín, thái lát
- 4 chén nước luộc gà
- 1 chén lá rau bina
- $\frac{1}{2}$ chén hành tây, thái hạt lựu
- 2 tép tỏi, băm nhỏ
- 2 muỗng canh dầu ô liu
- $\frac{1}{4}$ chén phô mai Parmesan bào
- 1 muỗng cà phê húng quế khô
- Muối và hạt tiêu cho vừa ăn

**HƯỚNG DẪN:**

a) Nấu gnocchi theo hướng dẫn trên bao bì, sau đó để ráo nước và đặt sang một bên.
b) Trong một nồi lớn, đun nóng dầu ô liu trên lửa vừa.
c) Thêm hành tây thái hạt lựu và tỏi băm. Xào cho đến khi hành tây trong suốt và có mùi thơm.
d) Khuấy thịt viên Ý thái lát và húng quế khô.
e) Đổ nước luộc gà vào và đun sôi súp.
f) Giảm nhiệt và đun nhỏ lửa trong 10 phút để hương vị phát triển.
g) Thêm lá rau bina vào nồi và nấu cho đến khi héo.
h) Thêm gnocchi đã nấu chín và phô mai Parmesan bào vào nồi. Khuấy để kết hợp.
i) Nêm muối và hạt tiêu cho vừa ăn.
j) Đun nhỏ lửa thêm 5 phút.
k) Múc súp gnocchi đám cưới kiểu Ý vào bát.
l) Ăn nóng và thưởng thức!

## 83. Súp Gnocchi kem cà chua

THÀNH PHẦN:

- 1 pound gnocchi khoai tây
- 2 chén súp cà chua
- 2 chén nước luộc rau
- 1 cốc kem đặc
- ½ chén hành tây, thái hạt lựu
- 2 tép tỏi, băm nhỏ
- 2 thìa bơ
- 2 muỗng canh bột mì đa dụng
- 1 muỗng cà phê húng quế khô
- ½ muỗng cà phê lá oregano khô
- Muối và hạt tiêu cho vừa ăn
- Lá húng quế tươi, gai để trang trí

HƯỚNG DẪN:

a) Nấu gnocchi theo hướng dẫn trên bao bì, sau đó để ráo nước và đặt sang một bên.

b) Trong một nồi lớn, làm tan bơ trên lửa vừa.

c) Thêm hành tây thái hạt lựu và tỏi băm. Xào cho đến khi hành tây trong suốt và có mùi thơm.

d) Khuấy bột mì đa dụng, húng quế khô và lá oregano khô. Nấu trong 1-2 phút để tạo thành roux.

e) Cho từ từ súp cà chua và nước luộc rau vào, đảm bảo không bị vón cục.

f) Đun sôi súp và nấu trong 10 phút để các hương vị hòa quyện với nhau.

g) Đổ kem đặc vào và khuấy đều.

h) Nêm muối và hạt tiêu cho vừa ăn.

i) Thêm gnocchi nấu chín vào nồi và đun nhỏ lửa thêm 5 phút.

j) Múc súp gnocchi cà chua kem vào tô và trang trí bằng lá húng quế tươi xé nhỏ.
k) Ăn nóng và thưởng thức!

# 84. Súp Pesto Gnocchi

**THÀNH PHẦN:**

- 1 pound gnocchi khoai tây
- 4 chén nước luộc rau
- 1 chén lá húng quế tươi
- $\frac{1}{2}$ cốc phô mai Parmesan bào
- $\frac{1}{4}$ chén hạt thông
- 2 tép tỏi
- 2 muỗng canh dầu ô liu
- Muối và hạt tiêu cho vừa ăn
- Lá húng quế tươi, gai để trang trí

**HƯỚNG DẪN:**

a) Nấu gnocchi theo hướng dẫn trên bao bì, sau đó để ráo nước và đặt sang một bên.

b) Trong máy xay sinh tố hoặc máy chế biến thực phẩm, trộn lá húng quế tươi, phô mai Parmesan bào, hạt thông, tỏi, dầu ô liu, muối và hạt tiêu. Trộn cho đến khi mịn để làm nước sốt pesto.

c) Trong một nồi lớn, đun nóng nước luộc rau ở lửa vừa.

d) Khuấy nước sốt pesto và đun sôi súp.

e) Thêm gnocchi nấu chín vào nồi và khuấy đều.

f) Đun nhỏ lửa thêm 5 phút.

g) Múc súp pesto gnocchi vào bát.

h) Trang trí bằng lá húng quế tươi xé nhỏ.

i) Ăn nóng và thưởng thức!

# 85. Súp Gnocchi cà ri dừa kiểu Thái

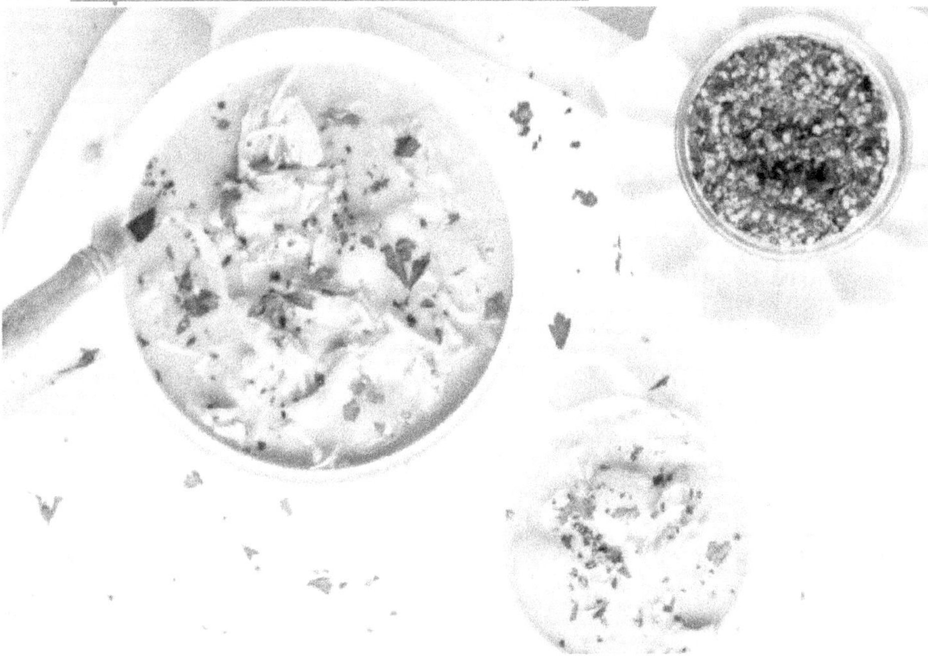

THÀNH PHẦN:

- 1 pound gnocchi khoai tây
- 2 cốc nước cốt dừa
- 2 chén nước luộc rau
- 1 chén đậu hủ thái hạt lựu
- ½ chén ớt chuông thái lát
- ½ chén nấm thái lát
- ½ chén đậu tuyết thái lát
- ½ chén hành tây thái hạt lựu
- 2 tép tỏi, băm nhỏ
- 1 muỗng canh cà ri đỏ kiểu Thái
- 1 muỗng canh nước tương
- 1 muỗng canh nước cốt chanh
- Lá ngò tươi để trang trí

HƯỚNG DẪN:

a) Nấu gnocchi theo hướng dẫn trên bao bì, sau đó để ráo nước và đặt sang một bên.

b) Trong nồi lớn, đun nóng một ít dầu trên lửa vừa.

c) Thêm hành tây thái hạt lựu và tỏi băm. Xào cho đến khi hành tây trong suốt và có mùi thơm.

d) Khuấy bột cà ri đỏ kiểu Thái và nấu trong 1 phút để giải phóng hương vị.

e) Thêm ớt chuông thái lát, nấm và đậu tuyết vào nồi. Nấu trong vài phút cho đến khi rau hơi mềm.

f) Đổ nước cốt dừa và nước luộc rau vào. Đun sôi súp.

g) Thêm đậu phụ thái hạt lựu và gnocchi nấu chín vào nồi. Khuấy để kết hợp.

h) Khuấy nước tương và nước cốt chanh.

i) Đun nhỏ lửa thêm 5 phút để các gia vị hòa quyện vào nhau.

j) Múc súp gnocchi cà ri dừa kiểu Thái vào bát.
k) Trang trí với lá ngò tươi.

# Salad GNOCCHI

## 86. Gnocchi với rau củ nướng

**THÀNH PHẦN:**

- 1 pound gnocchi khoai tây
- 1 cốc cà chua bi, giảm một nửa
- 1 cốc bí xanh, thái hạt lựu
- 1 chén ớt chuông, thái hạt lựu
- 1 chén hành đỏ, thái hạt lựu
- 2 muỗng canh dầu ô liu
- 2 tép tỏi, băm nhỏ
- Lá húng quế tươi để trang trí
- Muối và hạt tiêu cho vừa ăn

**HƯỚNG DẪN:**

a) Nấu gnocchi theo hướng dẫn trên bao bì, sau đó để ráo nước và đặt sang một bên.

b) Làm nóng lò ở nhiệt độ 400°F (200°C).

c) Trong một đĩa nướng lớn, kết hợp cà chua bi, bí xanh, ớt chuông, hành đỏ, dầu ô liu, tỏi băm, muối và tiêu. Đảo đều để rau phủ đều.

d) Nướng rau trong lò làm nóng trước trong 20-25 phút hoặc cho đến khi mềm và hơi caramen.

e) Thêm gnocchi nấu chín vào rau củ nướng và trộn nhẹ nhàng để kết hợp.

f) Chuyển gnocchi và rau vào đĩa phục vụ.

g) Trang trí với lá húng quế tươi.

## 87. Salad Caprese Gnocchi

THÀNH PHẦN:

- 1 pound gnocchi khoai tây
- 1 cốc cà chua bi, giảm một nửa
- 8 ounce phô mai mozzarella tươi, thái hạt lựu
- Lá húng quế tươi, gai
- 2 muỗng canh dầu ô liu nguyên chất
- men balsamic
- Muối và hạt tiêu cho vừa ăn

HƯỚNG DẪN:

a) Nấu gnocchi theo hướng dẫn trên bao bì, sau đó để ráo nước và đặt sang một bên.
b) Trong một tô lớn, trộn gnocchi đã nấu chín, cà chua bi, phô mai mozzarella tươi và lá húng quế rách.
c) Rưới thêm dầu ô liu nguyên chất và men balsamic.
d) Nêm với muối và hạt tiêu.
e) Lắc nhẹ nhàng để kết hợp tất cả các thành phần.
f) Phục vụ món salad Caprese gnocchi như một món ăn giải khát.

# 88. Salad Gnocchi Địa Trung Hải

## THÀNH PHẦN:

- 1 pound gnocchi khoai tây
- 1 cốc dưa chuột, thái hạt lựu
- 1 cốc cà chua bi, giảm một nửa
- $\frac{1}{2}$ chén ô liu Kalamata, bỏ hạt và cắt đôi
- $\frac{1}{4}$ chén hành đỏ, thái lát mỏng
- Phô mai Feta, vỡ vụn
- Rau mùi tây tươi, xắt nhỏ
- Nước sốt chanh

## HƯỚNG DẪN:

a) Nấu gnocchi theo hướng dẫn trên bao bì, sau đó để ráo nước và đặt sang một bên.
b) Trong một tô lớn, kết hợp gnocchi nấu chín, dưa chuột, cà chua bi, ô liu Kalamata, hành tây đỏ, phô mai feta vụn và rau mùi tây cắt nhỏ.
c) Rưới nước sốt chanh và trộn nhẹ nhàng để kết hợp.
d) Điều chỉnh gia vị nếu cần.
e) Phục vụ món salad gnocchi Địa Trung Hải như một lựa chọn sôi động và đầy hương vị.

## 89. Salad Pesto Gnocchi

## THÀNH PHẦN:

- 1 pound gnocchi khoai tây
- $\frac{1}{2}$ chén nước sốt pesto
- 1 cốc cà chua bi, giảm một nửa
- $\frac{1}{4}$ chén hạt thông, nướng
- Lá húng quế tươi, gai
- Phô mai Parmesan bào
- Muối và hạt tiêu cho vừa ăn

## HƯỚNG DẪN:

a) Nấu gnocchi theo hướng dẫn trên bao bì, sau đó để ráo nước và đặt sang một bên.
b) Trong một tô lớn, trộn gnocchi đã nấu chín, sốt pesto, cà chua bi, hạt thông nướng và lá húng quế xé nhỏ.
c) Trộn nhẹ nhàng để pesto phủ lên gnocchi và trộn tất cả nguyên liệu.
d) Nêm với muối và hạt tiêu.
e) Rắc phô mai Parmesan bào lên trên.
f) Phục vụ món salad pesto gnocchi như một món ăn thú vị và đầy hương vị.

# 90. Salad Caesar Gnocchi

**THÀNH PHẦN:**

- 1 pound gnocchi khoai tây
- Xà lách Romaine, xắt nhỏ
- Thịt xông khói nấu chín, vụn
- Phô mai Parmesan bào
- đồng phục Caesar
- Bánh mì nướng

**HƯỚNG DẪN:**

Nấu gnocchi theo hướng dẫn trên bao bì, sau đó để ráo nước và đặt sang một bên.

Trong một tô lớn, trộn rau diếp romaine cắt nhỏ, thịt xông khói nấu chín, phô mai Parmesan bào và bánh mì nướng.

Thêm gnocchi đã nấu chín vào tô và rưới nước sốt Caesar.

Đảo nhẹ nhàng để nước sốt phủ đều lên tất cả các nguyên liệu.

Phục vụ món salad Caesar gnocchi như một lựa chọn thịnh soạn và thỏa mãn.

## 91. Salad Gnocchi Tây Nam

**THÀNH PHẦN:**

- 1 pound gnocchi khoai tây
- 1 chén đậu đen, rửa sạch và để ráo nước
- 1 chén hạt ngô
- $\frac{1}{2}$ chén ớt chuông đỏ, thái hạt lựu
- $\frac{1}{4}$ chén hành đỏ, thái hạt lựu
- Bơ, thái hạt lựu
- Rau mùi tươi, xắt nhỏ
- Sốt giấm chanh
- Muối và hạt tiêu cho vừa ăn

**HƯỚNG DẪN:**

a) Nấu gnocchi theo hướng dẫn trên bao bì, sau đó để ráo nước và đặt sang một bên.
b) Trong một tô lớn, trộn gnocchi nấu chín, đậu đen, hạt ngô, ớt chuông đỏ, hành đỏ, bơ thái hạt lựu và ngò cắt nhỏ.
c) Rắc nước sốt chanh và nêm muối và hạt tiêu.
d) Lắc nhẹ nhàng để trộn tất cả các thành phần.
e) Phục vụ món salad gnocchi Tây Nam như một món ăn đầy hương vị và đầy màu sắc.

# 92. Salad Gnocchi Châu Á

**THÀNH PHẦN:**

- 1 pound gnocchi khoai tây
- 1 chén bắp cải thái nhỏ
- 1 cốc cà rốt, thái hạt lựu
- $\frac{1}{2}$ chén đậu edamame, nấu chín
- $\frac{1}{4}$ chén hành lá, xắt nhỏ
- Hạt mè
- Nước sốt mè gừng
- Nước tương (tùy chọn)

**HƯỚNG DẪN:**

a) Nấu gnocchi theo hướng dẫn trên bao bì, sau đó để ráo nước và đặt sang một bên.

b) Trong một tô lớn, trộn gnocchi nấu chín, bắp cải cắt nhỏ, cà rốt thái sợi, đậu edamame nấu chín và hành lá xắt nhỏ.

c) Rưới nước sốt gừng vừng và đảo nhẹ nhàng để phủ đều nguyên liệu.

d) Rắc hạt vừng lên trên.

e) Nếu muốn, có thể thêm một chút nước tương để tăng thêm hương vị.

f) Phục vụ món salad gnocchi châu Á như một lựa chọn sôi động và thơm ngon.

## 93. Salad rau bina và Feta Gnocchi

## THÀNH PHẦN:

- 1 pound gnocchi khoai tây
- Lá rau bina tươi
- Phô mai Feta, vỡ vụn
- Cà chua bi, giảm một nửa
- Hành đỏ, thái lát mỏng
- Hạt thông nướng
- Sốt dấm Balsamic
- Muối và hạt tiêu cho vừa ăn

## HƯỚNG DẪN:

a) Nấu gnocchi theo hướng dẫn trên bao bì, sau đó để ráo nước và đặt sang một bên.

b) Trong một tô lớn, trộn lá rau bina tươi, phô mai feta vụn, cà chua bi cắt đôi, hành đỏ thái mỏng và hạt thông nướng.

c) Thêm gnocchi đã nấu chín vào tô và rưới nước sốt giấm balsamic.

d) Nêm với muối và hạt tiêu.

e) Lắc nhẹ nhàng để trộn tất cả các thành phần.

f) Phục vụ món salad rau bina và feta gnocchi như một lựa chọn nhẹ nhàng và bổ dưỡng.

## 94. Salad Gnocchi rau củ nướng

**THÀNH PHẦN:**

- 1 pound gnocchi khoai tây
- Các loại rau (như ớt chuông, bí xanh, cà tím và hành đỏ), cắt thành từng miếng
- 2 muỗng canh dầu ô liu
- Húng quế tươi, xắt nhỏ
- men balsamic
- Muối và hạt tiêu cho vừa ăn

**HƯỚNG DẪN:**

a) Nấu gnocchi theo hướng dẫn trên bao bì, sau đó để ráo nước và đặt sang một bên.

b) Làm nóng lò ở nhiệt độ 425°F (220°C).

c) Trong một đĩa nướng lớn, trộn các loại rau với dầu ô liu, muối và hạt tiêu.

d) Nướng rau trong lò làm nóng trước khoảng 20-25 phút hoặc cho đến khi chúng mềm và hơi cháy.

e) Trong một tô lớn, trộn gnocchi nấu chín, rau nướng, húng quế tươi cắt nhỏ và rưới men balsamic.

f) Lắc nhẹ nhàng để trộn tất cả các thành phần.

g) Điều chỉnh gia vị nếu cần.

h) Phục vụ món salad gnocchi rau nướng như một món ăn đầy hương vị và đầy màu sắc.

## 95. Gnocchi Salad chanh thảo mộc

**THÀNH PHẦN:**

- 1 pound gnocchi khoai tây
- Vỏ chanh
- Các loại thảo mộc tươi (như rau mùi tây, húng quế và hẹ), cắt nhỏ
- Cà chua bi, giảm một nửa
- dưa chuột, thái hạt lựu
- Hành đỏ, thái lát mỏng
- Nước chanh
- Dầu ô liu nguyên chất
- Muối và hạt tiêu cho vừa ăn

**HƯỚNG DẪN:**

a) Nấu gnocchi theo hướng dẫn trên bao bì, sau đó để ráo nước và đặt sang một bên.
b) Trong một tô lớn, trộn vỏ chanh, rau thơm tươi xắt nhỏ, cà chua bi, dưa chuột thái hạt lựu và hành đỏ thái mỏng.
c) Thêm gnocchi nấu chín vào tô.
d) Rưới nước cốt chanh và dầu ô liu nguyên chất.
e) Nêm với muối và hạt tiêu.
f) Lắc nhẹ nhàng để kết hợp tất cả các thành phần.
g) Phục vụ món salad gnocchi thảo mộc chanh như một lựa chọn sảng khoái và thơm mát.

## 96. Lemon Ricotta Gnocchi với Berry Compote

**THÀNH PHẦN:**

- 2 cốc phô mai ricotta
- 1 cốc bột mì đa dụng
- Vỏ của 2 quả chanh
- $\frac{1}{4}$ cốc đường cát
- 1 cốc hỗn hợp các loại quả mọng (dâu tây, quả việt quất, quả mâm xôi)
- 2 thìa mật ong
- Lá bạc hà tươi để trang trí

**HƯỚNG DẪN:**

a) Trong một tô trộn, trộn phô mai ricotta, bột mì, vỏ chanh và đường cát. Khuấy cho đến khi kết hợp tốt.
b) Phủi bột mì lên một bề mặt sạch rồi chuyển bột lên đó. Chia bột thành nhiều phần nhỏ.
c) Cuộn từng phần thành một sợi dây và cắt thành từng miếng vừa ăn. Tùy chọn: sử dụng nĩa để tạo các đường gờ trên gnocchi.
d) Đun sôi một nồi nước muối lớn. Nấu từng mẻ gnocchi cho đến khi chúng nổi lên bề mặt. Bỏ đi bằng muỗng đục lỗ và bỏ sang một bên.
e) Trong một cái chảo nhỏ, trộn hỗn hợp quả mọng và mật ong. Nấu trên lửa nhỏ cho đến khi quả mọng mềm và tiết ra nước.
f) Chuyển gnocchi đã nấu chín vào đĩa phục vụ. Rắc hỗn hợp quả mọng lên gnocchi.
g) Trang trí với lá bạc hà tươi và phục vụ món ricotta gnocchi chanh với mứt quả mọng như một món ăn sáng sảng khoái.

## 97. Gnocchi sô cô la hạt dẻ

**THÀNH PHẦN:**

- 2 chén khoai tây nghiền nấu chín
- 2 chén bột mì đa dụng
- $\frac{1}{4}$ cốc bột cacao
- $\frac{1}{4}$ chén đường cát
- $\frac{1}{4}$ cốc sô cô la phết hạt phỉ (chẳng hạn như Nutella)
- Đường bột để rắc đường
- Hạt phỉ cắt nhỏ để trang trí

**HƯỚNG DẪN:**

a) Trong một tô trộn, trộn khoai tây nghiền, bột mì, bột ca cao và đường cát. Trộn cho đến khi tạo thành một khối bột mềm.

b) Phủi bột mì lên một bề mặt sạch rồi chuyển bột lên đó. Chia bột thành nhiều phần nhỏ.

c) Cuộn từng phần thành một sợi dây và cắt thành từng miếng vừa ăn. Tùy chọn: sử dụng nĩa để tạo các đường gờ trên gnocchi.

d) Đun sôi một nồi nước muối lớn. Nấu từng mẻ gnocchi cho đến khi chúng nổi lên bề mặt. Bỏ đi bằng muỗng đục lỗ và bỏ sang một bên.

e) Trong một cái chảo, làm tan chảy sô cô la hạt phỉ trải trên lửa nhỏ. Thêm gnocchi đã nấu chín vào chảo và đảo nhẹ nhàng để chúng phủ sô cô la hạt phỉ.

f) Chuyển gnocchi sô cô la hạt dẻ vào đĩa phục vụ. Rắc đường bột và trang trí với hạt phỉ cắt nhỏ.

g) Ăn nóng và thưởng thức sự kết hợp hấp dẫn của sô cô la và hạt phỉ.

# 98. Gnocchi sô cô la với sốt Nutella

**THÀNH PHẦN:**

- 1 cốc khoai tây nghiền
- $\frac{1}{2}$ chén bột mì đa dụng
- 2 thìa bột cacao không đường
- 2 muỗng canh đường cát
- $\frac{1}{4}$ cốc Nutella
- Hạt phỉ cắt nhỏ để trang trí
- Đường bột để rắc đường

**HƯỚNG DẪN:**

a) Trong một tô trộn, trộn khoai tây nghiền, bột mì đa dụng, bột ca cao và đường cát. Trộn cho đến khi kết hợp tốt và tạo thành một khối bột.

b) Cán bột thành những quả bóng nhỏ và ấn dẹt một chút.

c) Đun sôi một nồi nước và nấu gnocchi trong khoảng 2-3 phút cho đến khi chúng nổi lên mặt nước.

d) Trong một cái chảo riêng, đun nóng Nutella trên lửa nhỏ cho đến khi nó trở nên mịn và có thể rót được.

e) Xả gnocchi sô cô la đã nấu chín và chuyển chúng vào đĩa phục vụ.

f) Rưới nước sốt Nutella lên gnocchi và rắc hạt phỉ cắt nhỏ.

g) Rắc thêm đường bột để tăng thêm vị ngọt.

h) Phục vụ món gnocchi sô cô la với sốt Nutella như một món tráng miệng hấp dẫn.

## 99. Gnocchi bí ngô với quế phong

**THÀNH PHẦN:**

- 1 cốc bí ngô xay nhuyễn
- $\frac{1}{2}$ chén bột mì đa dụng
- 2 muỗng canh đường cát
- $\frac{1}{2}$ muỗng cà phê quế xay
- $\frac{1}{4}$ cốc bơ không muối
- $\frac{1}{4}$ cốc xi-rô cây phong
- Hồ đào cắt nhỏ để trang trí
- Quế xay để rắc bụi

**HƯỚNG DẪN:**

a) Trong một bát trộn, trộn bí ngô xay nhuyễn, bột mì đa dụng, đường cát và quế xay. Trộn cho đến khi kết hợp tốt.
b) Cán bột thành những viên nhỏ và dùng nĩa ấn nhẹ để tạo đường vân.
c) Đun sôi một nồi nước và nấu gnocchi trong khoảng 2-3 phút cho đến khi chúng nổi lên mặt nước.
d) Trong một chảo riêng, làm tan bơ trên lửa vừa.
e) Thêm gnocchi bí ngô đã nấu chín vào chảo và rưới xi-rô cây phong.
f) Nấu trong vài phút, nhẹ nhàng đảo gnocchi để phủ chúng trong lớp men quế phong.
g) Chuyển gnocchi bí ngô vào đĩa phục vụ và rắc hồ đào cắt nhỏ và một ít quế xay.
h) Phục vụ ấm áp như một lựa chọn món tráng miệng thoải mái.

# 100. Gnocchi mận

**THÀNH PHẦN:**

- 1 cốc gnocchi khoai tây
- 4 quả mận chín, bỏ hạt và thái hạt lựu
- 2 thìa mật ong
- 2 muỗng canh giấm balsamic
- Lá húng quế tươi để trang trí

**HƯỚNG DẪN:**

a) Nấu gnocchi khoai tây theo hướng dẫn trên bao bì cho đến khi chúng nổi lên mặt nước. Xả và đặt sang một bên.

b) Trong chảo, trộn mận thái hạt lựu, mật ong và giấm balsamic.

c) Nấu hỗn hợp mận trên lửa vừa cho đến khi mận chín và nước sốt hơi đặc lại.

d) Thêm gnocchi đã nấu chín vào chảo và đảo đều cho đến khi chúng được phủ đều nước sốt mận.

e) Nấu trong vài phút cho nóng.

f) Trang trí với lá húng quế tươi và phục vụ.

# PHẦN KẾT LUẬN

Khi chúng tôi kết thúc hành trình của mình qua "Sách dạy nấu ăn Gnocchi Galore: Hành trình vào thế giới của những chiếc bánh bao xốp", chúng tôi hy vọng rằng bạn đã khám phá ra niềm vui và tính linh hoạt của gnocchi. Xuyên suốt cuốn sách này, chúng tôi đã chia sẻ các công thức, kỹ thuật và mẹo để giúp bạn tạo ra những món gnocchi tuyệt vời trong nhà bếp của mình.

Gnocchi là món ăn gắn kết mọi người lại với nhau. Đó không chỉ là về thức ăn; đó là về tình yêu và sự quan tâm khi làm ra từng chiếc bánh bao. Cho dù bạn đang nấu ăn cho bản thân, gia đình hay tổ chức một buổi họp mặt với bạn bè, gnocchi có khả năng tạo ra những khoảnh khắc đáng nhớ và nuôi dưỡng cảm giác kết nối.

Chúng tôi khuyến khích bạn tiếp tục khám phá thế giới gnocchi ngoài các công thức nấu ăn trong cuốn sách này. Thử nghiệm với các hướng dẫn , hương vị và cách trình bày khác nhau. Hãy biến nó thành của riêng bạn và để sự sáng tạo của bạn tỏa sáng. Hãy nhớ rằng, không có giới hạn nào khi nói đến gnocchi.

Chúng tôi hy vọng cuốn sách nấu ăn này đã truyền cảm hứng cho bạn tham gia vào nhiều cuộc phiêu lưu ẩm thực, trang bị kiến thức và kỹ năng để làm món gnocchi nổi bật. Chúng tôi cảm ơn bạn đã tham gia cùng chúng tôi trong cuộc hành trình vào thế giới bánh bao xốp và chúng tôi chúc bạn có vô số bữa ăn ngon và những kỷ niệm vui vẻ được chia sẻ quanh bàn ăn.

Chúc ngon miệng!

www.ingramcontent.com/pod-product-compliance
Lightning Source LLC
LaVergne TN
LVHW011008061026
849535LV00006B/1777